+2வுக்குப் பிறகு என்ன படிக்கலாம்?

+2வுக்குப் பிறகு என்ன படிக்கலாம்?

என். சொக்கன்

ZDP
SPECIFICS

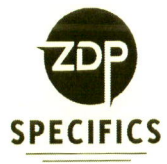

Title: +2vukkup Piragu Enna Padikkalaam
Author's Name: N Chokkan
Copyright © N Chokkan
Published by ZDP specifics

All rights reserved. No part of this publication may be reproduced, stored in a retrieval system, or transmitted, in any form or by any means, electronic, mechanical, photocopying, recording, psychic, or otherwise, without the prior permission of the publishers.

(An imprint of Zero Degree Publishing)
No. 55(7), R Block, 6th Avenue,
Anna Nagar,
Chennai - 600 040

Website: www.zerodegreepublishing.com
E Mail id: zerodegreepublishing@gmail.com
Phone: 89250 61999

ZDP Specifics First Edition: May 2022
ISBN: 978-81-956735-1-3
TITLE NO EP: 15

Rs. 70/-

Cover Design & Layout: Vijayan, Creative Studio

பொருளடக்கம்

ஆசிரியர் ஆகலாம் 7
கட்டடங்கள் கட்டலாம் 12
மென்பொருள் எழுதலாம் 16
வழக்கறிஞர் ஆகலாம் 19
கணக்குப்பதிவாளர் ஆகலாம் 22
விவசாயி ஆகலாம் 25
உணவு நிபுணர் ஆகலாம் 30
சந்தைப்படுத்தல் (மார்க்கெட்டிங்) நிபுணர் ஆகலாம் 35
ஆட்சித்தலைவர் ஆகலாம் 40
மேலாளர் ஆகலாம் 44
மருத்துவர் ஆகலாம் 49
சொந்தத் தொழில் தொடங்கலாம் 53

ஆசிரியர் ஆகலாம்

அநேகமாக ஒவ்வொரு வகுப்பிலும் ஒரு 'மினி-டீச்சர்' இருப்பார்.

அவர் உண்மையில் ஒரு மாணவர்தான். ஆனால், ஆசிரியரைப்போலவே பணியாற்றுவார், சக மாணவர்களுக்குப் பாடங்களைச் சொல்லித்தந்து புரியவைப்பார்.

இதன் பொருள், ஆசிரியர்கள் ஒழுங்காகச் சொல்லித்தரவில்லை என்பதல்ல. அவர்களிடம் சந்தேகம் கேட்கச் சிலருக்குத் தயக்கமிருக்கலாம். அவர்களெல்லாம் இந்த சக மாணவர்களிடம் பாடம் கேட்பார்கள்.

குறிப்பாக, தேர்வு நேரத்தில் இந்த 'மினி-டீச்சர்'களுக்கு ஏகப்பட்ட கிராக்கி. ஏழெட்டு மாணவர்கள் அவர்களுக்குப் பின்னாலேயே சுற்றிக்கொண்டிருப்பார்கள். அவர்களும் அதை நச்சரிப்பாக நினைக்காமல் புன்னகையோடு உதவுவார்கள், தங்கள் நண்பர்கள் நல்ல மதிப்பெண் எடுத்து வெற்றிபெறுவதைக் கண்டு மகிழ்வார்கள்.

பகுதிநேரமாக உதவும்போதே இப்படியொரு மகிழ்ச்சி கிடைக்கிறதே, அதையே முழுநேரப் பணியாகச் செய்தால் எப்படியிருக்கும்!

+2வுக்குப் பிறகு என்ன படிக்கலாம்?

எத்தனையோ புதிய தொழில்நுட்பங்கள் வந்துவிட்டபிறகும், ஆசிரியர்களுக்கான தேவை அப்படியேதான் இருக்கிறது. தொடக்கப் பள்ளியில் ஆனா, ஆவன்னா சொல்லித்தருவதில் தொடங்கி, ஆராய்ச்சி மாணவர்களுக்கு வழிகாட்டுவதுவரை இந்தச் சமூகத்தின் அறிவைப் பெருக்குவதில் ஆசிரியர்கள் பெரும்பங்காற்றுகிறார்கள், பல மாணவர்களுடைய வாழ்க்கையை நன்முறையில் வழிநடத்துகிறார்கள், சமுதாயத்துக்குத் திறமைகளைச் சேர்த்துத்தருகிறார்கள்.

பாரதியார், டாக்டர் எஸ். ராதாகிருஷ்ணன், ஆல்பர்ட் ஐன்ஸ்டீன், கலீலியோ, மன்மோகன் சிங் என்று நாம் நன்கறிந்த பல தலைவர்கள், பிரபலங்கள் ஒருகாலத்தில் ஆசிரியர்களாக, கல்லூரிப் பேராசிரியர்களாகப் பணியாற்றியவர்கள்தாம். ரபீந்திரநாத் தாகூர், ராஜா ராம் மோகன் ராய் போன்றோர் தனித்துவமான கல்வி நிறுவனங்களை உருவாக்கிப் புகழ்பெற்றவர்கள்.

ஆசிரியப் பணியின் சிறப்பு, ஒருபக்கம் மாணவர்களை வழிநடத்தித் தங்கள் துறைக்குப் புதிய திறமைகளை உருவாக்கியபடி, இன்னொருபக்கம் அதே துறையில் ஆய்வுகளை நிகழ்த்திப் புதிய கண்டுபிடிப்புகளை உருவாக்கவும் வாய்ப்புண்டு. அதாவது, மனிதவளத்தையும் பெருக்கலாம், அறிவுவளத்தையும் பெருக்கலாம்.

பள்ளி, கல்லூரிகளில் ஆசிரியர்களாகப் பணியாற்றுகிறவர்கள், அந்த அனுபவத்தைக்கொண்டு சிறந்த பேச்சாளர்களாக, சிந்தனையாளர்களாக, எழுத்தாளர்களாகவும் உருவாவதைக் காண்கிறோம். இதன்மூலம் அவர்களுக்கு வேறு பணி வாய்ப்புகள், வருவாய் சாத்தியங்களும் கிடைக்கின்றன.

குறிப்பாக, எப்போதும் இளைஞர்கள் மத்தியில் இருப்பதால், ஆசிரியர்களுக்குப் புதிய வேகம் கிடைக்கிறது. கோடை விடுமுறை நேரங்களையும் பணிஓய்வுக் காலகட்டங்களையும்கூட இவர்கள் சிறப்பாகப் பயன்படுத்திக்கொள்ளலாம். எடுத்துக்காட்டாக, பல ஆசிரியர்கள் தேவையுள்ள மாணவர்களுக்குத் தனிப்பயிற்சி

வழங்குகிறார்கள், போட்டித் தேர்வுகளுக்குச் செல்ல அவர்களைத் தயார் செய்கிறார்கள், பாடநூல்களை எழுதுகிறார்கள், பள்ளி, கல்லூரித் தேர்வுகள், தனித்தேர்வுகளுக்குக் கண்காணிப்பாளர்களாகச் செல்கிறார்கள், விடைத்தாள்களைத் திருத்துகிறார்கள், பத்திரிகைகள், தொலைக்காட்சிகளில் பாடம் நடத்துகிறார்கள்... இப்படிச் சொல்லிக்கொண்டே போகலாம்.

ஆசிரியராவதற்கு என்ன படிக்கவேண்டும்?

எல்லாரும் எல்லாவற்றையும் சொல்லித்தர இயலாது. ஆகவே, ஆசிரியர் பயிற்சி பெறுவதற்கு முன்னால், ஏதேனும் ஒரு சிறப்புத் துறையைத் தேர்ந்தெடுத்து அதில் பட்டம் பெற வேண்டும்.

எடுத்துக்காட்டாக, BA, BSc போன்ற பட்டப்படிப்புகளை முடித்தவர்கள் அடுத்தகட்டமாக BEd எனப்படும் Bachelor of Education பட்டப்படிப்பில் சேரலாம். அவர்கள் ஏற்கெனவே எந்தத் துறையில் பட்டம் பெற்றிருக்கிறார்கள் என்பதைப் பொறுத்து அவர்களுக்குப் பயிற்சியளிக்கப்படும்.

பொதுவாக, கலைத்துறையில் பட்டம் பெற்றவர்கள் வரலாறு, புவியியல், மொழிப்பாடங்களில் ஆசிரியர்களாவார்கள். அறிவியல் துறையில் பட்டம் பெற்றவர்கள் கணிதம், இயற்பியல், வேதியியல், உயிரியல் போன்ற பாடங்களை நடத்தப் பயிற்சி பெறுவார்கள்.

B.Ed., கல்வியானது ஆசிரியராகப் பணிபுரிவதன் நுட்பங்களை அவர்களுக்குச் சொல்லித்தரும். எடுத்துக்காட்டாக, கல்வியின் நோக்கம், கற்பிக்கும் முறைகள், மாணவர்களின் உளவியலை அறிந்து அதற்கேற்ப அவர்களுக்கு உதவுவது, மாணவர்களுடைய திறனை மதிப்பிடுவது, அவர்களுடைய பிரச்னைகளைப் புரிந்துகொண்டு வழிகாட்டுவது போன்றவை இந்தப் பாடத்திட்டத்தில் இடம்பெறுகின்றன. இவையெல்லாம் வெறும் புத்தக அறிவாக இல்லாமல், செய்முறைப் பயிற்சியோடு சொல்லித்தரப்படும். அதாவது, இந்தப் பாடங்களைப் படிக்கும்போதே மாணவர்களுக்குப் பாடமெடுத்துப்

+2வுக்குப் பிறகு என்ன படிக்கலாம்?

பயிற்சிபெறலாம், நாம் சொல்லித்தரும் விதத்தில் இருக்கக்கூடிய பிழைகளை அறிந்து சரிசெய்துகொள்ளலாம்.

கற்பித்தல் துறையில் பட்டம் பெற்றவர்கள் நாடெங்குமுள்ள அரசு, தனியார் பள்ளிகளில் ஆசிரியப்பணிக்கு விண்ணப்பிக்கலாம். அவர்களுடைய திறமை, தகுதியைப் பொறுத்து வெவ்வேறு வகுப்புகளுக்குக் கற்பிக்கும் வாய்ப்புக் கிடைக்கும். அதில் அனுபவம் சேர்த்துக்கொண்டு படிப்படியாக முன்னேறலாம்.

விருப்பமுள்ளோர், இதே துறையில் மேற்படிப்புக்கும் செல்லலாம். MEd (Master of Education) எனப்படும் இந்த மேற்படிப்பில் கற்றல் முறைகளைப் பற்றிய நவீன கொள்கைகளும் வழிமுறைகளும் கற்பிக்கப்படுகின்றன. இத்துறையில் ஆய்வுகளைச் செய்து புதிய கற்றல் முறைகளை, உத்திகளைக் கண்டுபிடிக்கவும் வழியுண்டு.

பள்ளிகளைப்போலவே, கல்லூரிகளிலும் விரிவுரையாளர்கள், பேராசிரியர்களுக்கான தேவை இருக்கிறது. இவை ஒவ்வொன்றுக்கும் வெவ்வேறுவிதமான படிப்புகள் தேவைப்படும். எடுத்துக்காட்டாக, பொறியியல் படித்தவர்கள் பயிற்றுவித்தலையும் தெரிந்துகொண்டால் பொறியியல் கல்லூரிகளில் விரிவுரையாளர்களாகலாம்.

உள்நாட்டில் மட்டுமின்றி, வெளிநாடுகளிலும் ஆசிரியப் பணிக்கான வாய்ப்புகள் வந்தவண்ணமிருக்கின்றன. உலக அளவில் வெவ்வேறு துறைகளைச் சேர்ந்த மாணவர்கள் பயிலும் விஷயங்கள் கிட்டத்தட்ட ஒரேமாதிரியானவைதாம் என்பதால், ஒரு நாட்டில் சிறந்து விளங்கும் ஆசிரியர் இன்னொரு நாட்டுக்குச் சென்று பணிபுரியவும் சாத்தியமுண்டு.

ஒருவேளை வெளிநாட்டுக்குச் செல்ல விருப்பமில்லையென்றாலும், இணையத்தைப் பயன்படுத்திக்கொள்ளலாம்; ஸ்கைப் போன்ற நவீன தொழில்நுட்பங்களைப் பயன்படுத்தி இருந்த இடத்திலிருந்தே உலக மாணவர்களுக்குப் பாடம் நடத்தலாம். அவர்களுடைய சந்தேகங்களைக் கேட்டுத் தெளிவுபடுத்தலாம்... இப்படிக் காலத்துக்கேற்ப ஆசிரியப் பணி மாறிவருகிறது.

என்னதான் ஆசிரியராக இருப்பினும், அவரும் மாணவரே. தொடர்ந்து வாசித்துக்கொண்டே இருக்கவேண்டும், புதிய விஷயங்களைத் தெரிந்துகொண்டே இருக்கவேண்டும், அப்போதுதான் மாறிவரும் தேவைகளுக்கேற்ப மாணவர்களை வழிநடத்தமுடியும்.

நல்ல ஊதியம், சமூக மதிப்புடன் மிகுந்த மனநிறைவு, மகிழ்ச்சியைத் தரும் அருமையான பணி இது!

கட்டடங்கள் கட்டலாம்

மனிதனின் அடிப்படைத் தேவைகள் மூன்று: உணவு, உடை, உறைவிடம். இந்த மூன்றும் கிடைத்தபிறகுதான் அவன் இன்னும் பெரிய விஷயங்களைக் கனவுகாணுவான், நிறைவேற்றுவான்.

அன்றைய மனிதனுக்கு, உறைவிடம் என்பது ஒரு மலைக்குகையாகவோ மரநிழலாகவோ இருந்தது. அத்துடன் ஒப்பிடும்போது, இன்றைய 'வீடுகள்' அதிநவீனமானவை. வெவ்வேறுவிதமான அறைகள், வசதிகள் எனப் பலமடங்கு முன்னேறியவை. ஒரு வீட்டின்மீது இன்னொரு வீடு என அடுக்கிவைத்துக் கட்டவும் மனிதன் பழகிவிட்டதால், இவை மேலும் சிக்கலான கட்டமைப்புகளாகின்றன. இவற்றோடு அலுவலகங்கள், தொழிற்சாலைகள், பொதுக் கட்டடங்கள், சாலைகள், ரயில்பாதைகள் போன்றவற்றையும் சேர்த்துப் பார்த்தால், கட்டுமானம் என்பது ஒரு மிகப்பெரிய கலை, அறிவியல் என்பது புரியும்.

இதனால், சும்மா கையில் செங்கல், சிமென்ட் இருந்தால் வீடு கட்டிவிடமுடியாது. அத்தகைய வீடு பாதுகாப்பாக இருக்கும், நீடித்து நிலைக்கும் என்பதற்கு எந்த உத்தரவாதமும் கிடையாது. கட்டடங்களைத் தேவைக்கேற்பச் சிறப்பாக வடிவமைப்பதற்கு,

திட்டமிடுவதற்கு 'சிவில் எஞ்சினியர்'/'ஆர்க்கிடெக்ட்' எனப்படும் கட்டுமானப் பொறியாளர் தேவைப்படுகிறார்.

வடிவமைத்தல், திட்டமிடுதல் என்றால் என்ன?

ஒருவர் கட்டடம் கட்டத் தேர்ந்தெடுத்திருக்கும் இடத்தில் என்னவிதமான மண் இருக்கிறது என்பதை ஆராய்ந்து, அங்கே எப்படிப்பட்ட கட்டடங்களைக் கட்ட இயலும், அதற்கு என்னவிதமான கட்டுமானப் பொருட்களைப் பயன்படுத்தவேண்டும், எத்தனை தளங்கள் எழுப்பலாம், அவற்றை வலுவாகத் தாங்குவதற்கு எப்படிப்பட்ட அடித்தளம் தேவை என்றெல்லாம் பொறியாளர் சிந்திப்பார்.

அதன்பிறகு, கட்டடத்தினுள் என்னென்ன அறைகள் இருக்கவேண்டும், அவை எந்தெந்த அளவுகளில் இருக்கவேண்டும், கதவுகள், ஜன்னல்கள் எங்கெங்கே வரவேண்டும் என்றெல்லாம் அவர் சிந்திக்கிறார். அவற்றைத் துல்லியமான படங்களாக வரைகிறார். இந்தப் படங்களை வைத்துதான் வீடு கட்டப்படும்.

உங்கள் பெற்றோர் அல்லது தாத்தா, பாட்டியிடம், 'நம்ம வீட்டோட ப்ளூ ப்ரின்ட் இருக்கா?' என்று கேட்டுப்பாருங்கள். பல நாட்களுக்கு முன் கட்டப்பட்ட வீடு என்றாலும், அவர்கள் அதைப் பத்திரமாக வைத்திருக்கக்கூடும். காரணம், வீடு என்கிற கனவைக் கண்முன்னே நிஜமாக்கிக் காட்டும் ஆவணம் அது. ஒரு கற்றறிந்த, பயிற்சிபெற்ற பொறியாளர்தான் அதனைத் தயாரித்திருப்பார். அந்தக் காகிதப் படத்தின் மூலம்தான் நீங்கள் இப்போது வசிக்கும் வீடு கட்டப்பட்டிருக்கும்.

ஒரு வீட்டுக்கே இத்தனை சிக்கலென்றால், பெரிய அடுக்ககங்கள், அலுவலகங்களுக்கெல்லாம் எத்துணை நுணுக்கமான வரைபடங்கள் தேவைப்படும் என்று யோசியுங்கள். இங்கேதான் ஒரு பொறியாளரின் அனுபவமும் படைப்புத் திறனும் பயன்படுகிறது.

நீங்களும் கட்டுமானப் பொறியாளராக விரும்பினால், பள்ளிப்படிப்பை முடித்தபிறகு BE (Civil) அல்லது BTech (Civil)

+2வுக்குப் பிறகு என்ன படிக்கலாம்?

அல்லது BArch (Architectural Engineering) என்ற படிப்பைத் தேர்வுசெய்யவேண்டும். இவற்றில் முதல் இரண்டும் கிட்டத்தட்ட ஒரேமாதிரியானவை: நான்கு வருடப் படிப்புகள், ஒரு வடிவமைப்புக்கு ஏற்பக் கட்டுமானத்தைச் சிறப்பாக உருவாக்கக் கற்றுத்தருகிறவை. மூன்றாவது படிப்பு (BArch) ஐந்து வருடங்கள், இதில் புதிய வடிவமைப்புகளை உருவாக்கக் கற்கலாம்.

இந்தியாவில் BArch படிக்க விரும்புவோருக்காக NATA (National Aptitude Test in Architecture) என்ற நுழைவுத்தேர்வு நடத்தப்படுகிறது. இதில் உங்களுடைய வரைகலைத்திறன், கவனிப்புத்திறன், பொருட்களின் விகிதங்களைக் கவனிக்கும் திறன், அழகியல் நுண்ணுணர்வு, சிந்தனைத்திறன் ஆகியவை சோதிக்கப்படும். இந்தத் தேர்வில் வெல்கிறவர்கள் சிறந்த கல்விநிறுவனங்களில் பயிற்சிபெற்றுக் கட்டடங்களை வடிவமைக்கத் தொடங்கலாம்.

BE/BTech படிப்புகளைப் பொறுத்தவரை, மற்ற பொறியியல் படிப்புகளைப்போலவே நீங்கள் கல்லூரியைத் தேர்ந்தெடுத்து சிவில் எஞ்சினியரிங் பயிலலாம். பெரிய, புகழ்பெற்ற கல்லூரிகளில் இப்படிப்புக்குக் கடும் போட்டி இருக்கக்கூடும் என்பதால், அதற்கேற்பத் தயார்செய்துகொள்வது பயன் தரும்.

கட்டுமானப் பொறியாளர்கள் என்னவெல்லாம் படிப்பார்கள்?

எல்லாப் பொறியாளர்களும் இயற்பியல், வேதியியல், கணினியியல் போன்றவற்றில் மேம்பட்ட பயிற்சிபெறவேண்டியிருக்கும், அதன்பிறகு, கட்டுமானப் பொறியாளர்களுக்குத் தேவைப்படும் கூடுதல் கணித நுட்பங்கள், சுற்றுச்சூழல் அறிவு, திடப்பொருட்கள், திரவப்பொருட்கள் இயங்கும் தன்மை, ஓரிடத்தைக் கணித்தறியும் திறன், வரைகலை, கணினிமூலம் வரைபடங்களை உருவாக்குதல், கட்டுமானப் பொருட்கள், அவற்றின் திறன், மண்ணியல், கட்டுமானங்களை ஆராய்தல், அடித்தளம் அமைத்தல், கட்டுமான நுட்பங்கள், கருவிகள், இரும்புக் கட்டமைப்புகள், கட்டுமானங்களை மதிப்பிடுதல், சாலைகள், இருப்புப்பாதைகள், விமான நிலையங்கள், துறைமுகங்கள் சார்ந்த பொறியியல் போன்றவை

சொல்லித்தரப்படும். புத்தக அறிவோடு களப்பணிக்கும் நிறைய முக்கியத்துவம் வழங்கப்படும்.

பொறியியல் படிப்பை முடித்தவுடன், உள்ளூரிலும் வெளிநாடுகளிலும் உள்ள கட்டுமான நிறுவனங்களில் நல்ல சம்பளத்துடன் வேலைவாய்ப்புக்கு இடமுண்டு. இதில் ஓரளவு பயிற்சி, அனுபவம் பெற்றபின்னர் அவர்களே சொந்தமாகக் கட்டடங்களை வடிவமைத்துக் கட்டத் தொடங்கலாம். தாங்கள் கட்டிய கட்டடங்களையே தங்களுடைய விளம்பரப் பலகைகளாகப் பயன்படுத்தி முன்னேறலாம் என்பதுதான் இந்தத் தொழிலின் சிறப்பு.

விரும்புவோர் இதே துறையில் மேற்படிப்புக்கும் *(ME/MTech/MArch)* செல்லலாம். இங்கே அவர்கள் சில குறிப்பிட்ட கட்டுமானப் பிரிவுகளில் ஆழமாகச் சென்று கற்பார்கள், பயிற்சி பெறுவார்கள், புதிய நுட்பங்களை உருவாக்குவார்கள்.

கட்டடங்கள் இல்லாத ஓர் உலகை நம்மால் கற்பனைகூடச் செய்துபார்க்கமுடியாது. அணைகள், தொழிற்சாலைகள் போன்றவை விவசாயத்துக்கும் தொழில்துறைக்கும் பெரிதும் உதவுகின்றன. சாலைகளும் இருப்புப்பாதைகளும் விமான, கப்பல் தளங்களும் நம்மை உலகோடு இணைக்கின்றன. இவை அனைத்தையும் வடிவமைத்து உருவாக்கும் கட்டுமானப் பொறியாளர்களின் பங்களிப்பு மிகப்பெரிது.

மென்பொருள் எழுதலாம்

'*சா*ஃப்ட்வேர் எஞ்சினியர்.'

இந்தச் சொற்களை உச்சரிக்கும்போதே பலருக்குப் பெருமையாயிருக்கிறது. மற்றவர்களும் அவர்களை மிகுந்த மரியாதையுடனே பார்க்கிறார்கள்.

காரணம், நம் உலகை இயக்குவது சாஃப்ட்வேர் எனப்படும் மென்பொருள்தான். முன்பெல்லாம் கணினிகளில் மட்டும் செயல்பட்டுக்கொண்டிருந்த மென்பொருள்கள் இப்போது நம் தொலைபேசி தொடங்கி தொலைக்காட்சிவரை, துவைக்கும் இயந்திரம் தொடங்கி சமைக்கும் அடுப்புவரை எங்கும் நிறைந்திருக்கின்றன, இனி அவற்றின் அளவும் ஆதிக்கமும் அதிகமாகுமேயன்றிக் குறையாது.

இப்படி நம்மைச்சுற்றிப் பலவிதமான பணிகளைச் செய்யும் மென்பொருள்களை எழுதுகிறவர்களைக் 'கணினி நிரலாளர்' என்பார்கள். அதைத்தான் ஆங்கிலத்தில் 'சாஃப்ட்வேர் எஞ்சினியர்' என்கிறார்கள்.

உங்களுக்கொரு ரகசியம் தெரியுமா? சாஃப்ட்வேர் துறையில் பணிபுரிகிற அனைவரும் 'சாஃப்ட்வேர் எஞ்சினியர்' என்று பொதுவாக அழைக்கப்பட்டபோதும், அவர்கள் எல்லாரும்

உண்மையில் எஞ்சினியர்(பொறியாளர்)கள் இல்லை. அவர்களில் பெரும்பாலானோர் பொறியியல் படித்தவர்கள் என்பது உண்மையே, அதேசமயம் BA, BSc படித்தவர்களில் தொடங்கிப் பலரும் இந்தத் துறையில் சேர்ந்து பணியாற்றுகிறார்கள். இப்போதெல்லாம் பள்ளிப்படிப்பை முடித்துவிட்டு நேரே சாஃப்ட்வேர் எழுத வந்துவிடுகிறவர்களும் உண்டு.

காரணம், மற்ற துறைகளைப்போலின்றி, இங்கே படிப்பைவிடச் சிந்தனைக்குதான் மரியாதை. ஐந்தாங்கிளாஸ் மாணவர்கள்கூட தர்க்கரீதியில் சிந்திக்கத் தெரிந்துகொண்டுவிட்டால் சாஃப்ட்வேர் எழுதி அசத்தலாம்.

அதேசமயம், இந்தத் துறையின் நுட்பங்களை முறைப்படி தெரிந்துகொண்டால், அவர்கள் இன்னும் சிறப்பான மென்பொருள்களை எழுத இயலும். அதற்குப் பல சிறப்புப் படிப்புகள் இருக்கின்றன. உதாரணமாக:

★ *BE Computer Science* எனப்படும் கணினிப் பொறியியல் படிப்போர் கணினிபற்றிய அடிப்படை விஷயங்களில் தொடங்கி, அதன் வன்பொருள் எவ்வாறு செயல்படுகிறது, அதில் மென்பொருள்கள் எப்படி இயங்குகின்றன, அந்த மென்பொருள்களை எழுதுவதற்கான வழிமுறை என்ன, ஒரு குறிப்பிட்ட தேவைக்கேற்ப வெவ்வேறு மொழிகளில் மென்பொருள் எழுதுவது எப்படி என்றெல்லாம் கற்றுக்கொள்வார்கள்.

★ *BE Information Technology* எனப்படும் தகவல் தொழில்நுட்பப் பொறியியல் படிப்போர் கணினியைக்கொண்டு தொழில்துறையில் மாற்றங்களைக் கொண்டுவருவதுபற்றி விரிவாகத் தெரிந்துகொள்வார்கள்

★ *MCA: Master of Computer Application* படிப்போர் கணினியைப் பயன்படுத்திச் சிக்கலான மென்பொருள்களை உருவாக்குவதற்கான திட்டமிடல், வடிவமைப்பு மற்றும் எழுதுமுறைகளைக் கற்பார்கள்

+2வுக்குப் பிறகு என்ன படிக்கலாம்?

இந்தியாவிலும் வெளிநாடுகளிலும் பெரும்பாலான கல்லூரிகள் இந்தப் பட்டப்படிப்புகளை வழங்குகின்றன, தேர்ந்தெடுக்கும் துறை, அதன் தன்மை, நிலையைப்பொறுத்து இரண்டு முதல் ஐந்தாறு ஆண்டுகள்வரை படிக்கவேண்டியிருக்கலாம்.

இத்துடன், சில வாரங்கள் தொடங்கி ஓராண்டுவரை செல்லும் பகுதிநேரப் படிப்புகளும் நிறைய உள்ளன. அவற்றைப் பல்கலைக்கழகங்கள், தனியார் நிறுவனங்கள் வழங்குகின்றன. பள்ளி, கல்லூரி மாணவர்கள், பிற துறைகளில் பணிபுரிவோர் இதில் இணைந்து பயில்கிறார்கள், அதன்மூலம் கணினித்துறையில் வேலைக்குச் செல்கிறார்கள். உதாரணமாக, அனிமேஷன் கலை, நெட்வொர்க் (வலைப்பின்னல்) மற்றும் பாதுகாப்பு, மொபைல் செயலிகளை எழுதுதல், மென்பொருள்களைப் பரிசோதித்தல், இன்னும் பல.

இந்தப் பாடங்கள் அனைத்தும் வெறுமனே புத்தக அறிவாக இல்லாமல் நிறைய பயிற்சியோடு கலந்திருக்கும். சொல்லப்போனால் கணினித்துறையில் படிக்கிறவர்கள் வாசிப்பதைவிட நிரலெழுதுவதுதான் அதிகம், அங்கேதான் அவர்கள் நிறையக் கற்றுக்கொள்ள இயலும்.

கணினித் தொழில்நுட்பத்துறைக்கான வேலைவாய்ப்புகள் உலகம்முழுக்க உள்ளன, நல்ல சம்பளத்துடன் மகிழ்ச்சியாக வேலைசெய்யலாம், அதேநேரம், தொடர்ந்து புதுப்புதுத் தொழில்நுட்பங்களைக் கற்றுக்கொண்டே இருக்கவேண்டும், அப்போதுதான் இந்தத் துறையில் நன்கு முன்னேற இயலும்!

வழக்கறிஞர் ஆகலாம்

சின்னப் பையன்கள், பெண்கள் யாராவது நன்றாகப் பேசினால் போதும், உடனே பெரியவர்கள், 'நீ பெரிய வக்கீலா வருவேன்னு நினைக்கறேன்!' என்பார்கள்.

அதற்காக, வக்கீலின் வேலை நீதிமன்றத்தில் நாள்முழுக்கப் பேசிக்கொண்டிருப்பதுதான் என்று நினைத்துவிடக்கூடாது. அவர்களுடைய பல வேலைகளில் அதுவும் ஒன்று: தங்களுடைய கட்சிக்காரரின் தரப்பைத் தெளிவாக எடுத்துரைத்து வாதாடுவது, எதிர்த்தரப்பின் கேள்விகளுக்கு ஆதாரபூர்வமாகப் பதில் சொல்வது, அதன்மூலம் தங்கள் கட்சிக்காரருக்கு வழக்கில் வெற்றிதேடித்தருவது.

வக்கீல்/வழக்கறிஞர்/வழக்குரைஞர்/சட்ட நிபுணர் என்று பலவிதமாகச் சொல்லப்படும் இந்தப் பணி, சமூகத்தில் மிகவும் கௌரவத்துக்குரியதாகக் கருதப்படுகிறது. காரணம், நம் தேசத் தந்தை மகாத்மா காந்தியில் தொடங்கி பல தலைவர்களும் வழக்கறிஞர்களாகத் தங்கள் பணியைத் தொடங்கியவர்கள்தாம்!

யார் வேண்டுமானாலும் நீதிமன்றத்தில் நின்று பேசிவிடமுடியாது,

+2வுக்குப் பிறகு என்ன படிக்கலாம்?

அதற்கு அவர்கள் நாட்டின் அடிப்படைச் சட்டத்தை, உரிமைகளை, செய்யக்கூடியவற்றை, செய்யக்கூடாதவற்றை நன்கு புரிந்துகொண்டிருக்கவேண்டும், அதன்பிறகு வந்த சட்டத்திருத்தங்கள், வெவ்வேறு வழக்குகளில் வழங்கப்பட்ட தீர்ப்புகள், அவற்றின் பின்னணி போன்றவற்றைத் தெரிந்துகொள்ளவேண்டும். அதன் அடிப்படையில் தங்களிடம் வருகிற வழக்கை விசாரித்து, சரியான வாதங்களை முன்வைத்துப் பேசவேண்டும்.

ஆக, வாதத்திறமை கால்வாசி என்றால், சிந்தனைத் திறமை முக்கால்வாசி. இதற்குத்தான் சட்டக்கல்லூரிகள் பயிற்சியளிக்கின்றன:

★ LLB, அல்லது BL எனப்படும் பட்டப்படிப்பு Legum Baccalaureus என்ற லத்தீன் மொழிச் சொல்லிலிருந்து வருகிறது, இதன் பொருள், சட்ட இளங்கலைப் படிப்பு. அரசியல் சட்டம், ஒப்பந்தங்கள், குற்றவியல் சட்டங்கள், குடும்பச் சட்டங்கள், சுற்றுச்சூழல் சட்டங்கள், சொத்துச் சட்டங்கள், நிறுவனச் சட்டங்கள், தொழிலாளர் சட்டங்கள், சர்வதேசச் சட்டங்கள், வங்கிச் சட்டங்கள் போன்ற பலவும் இதில் சொல்லித்தரப்படுகின்றன, இந்தியாவில் பல சட்டக்கல்லூரிகள் இந்தப் படிப்பை வழங்குகின்றன

★ ML எனப்படும் சட்ட முதுகலைப் படிப்பு, BL படித்தவர்களுக்கான மேற்கல்வியாக அமைகிறது, இதில் மாணவர்கள் ஏதேனும் ஒரு சிறப்புப் பிரிவை எடுத்துப் படிக்கிறார்கள். உதாரணமாக, சொத்துச் சட்டங்களைச் சிறப்புப் பிரிவாக எடுத்துக்கொண்டவர் அதில் ஆழமாகச் சென்று பயில்வார்.

இந்தியாவில் பல்வேறு கல்லூரிகளில் சட்டம் பயில விரும்புவோருக்கு CLAT (Common Law Admission Test) என்ற ஒரு பொதுவான நுழைவுத்தேர்வு இருக்கிறது. இதுதவிர, தில்லியிலுள்ள தேசியச் சட்டப் பல்கலைக்கழகமும் ஒரு நுழைவுத்தேர்வை நடத்துகிறது, இவற்றில் நல்ல மதிப்பெண்களைப் பெறும்

மாணவர்கள் அவர்களுடைய திறமைக்கேற்ற கல்லூரிகளில் இணைந்து படிக்கிறார்கள்.

சட்டப்படிப்பைப் பூர்த்திசெய்தபிறகு, இவர்கள் தனியாகவே வழக்கறிஞராகப் பணியாற்றலாம். அல்லது நிறுவனங்களில் சட்ட நிபுணராக இணைந்து செயல்படலாம். வழக்கறிஞராகப் பணியாற்றுவோருக்கு அரசு வழக்கறிஞராகவும் நீதிபதியாகவும் வாய்ப்புகள் இருக்கும்.

வழக்கறிஞர்கள் தினந்தோறும் வெவ்வேறு பிரச்னைகளைச் சந்திக்கவேண்டியிருக்கும். அதேசமயம், தங்களுடைய சட்ட அறிவுக்கும் வாதத்திறமைக்கும் விடப்பட்டிருக்கும் சவாலாகவே அவர்கள் அதைக் கருதுவார்கள், அவற்றைச் சந்திப்பதன்மூலம், நம் நாட்டின் அரசியல் சட்டம் ஒவ்வொரு குடிமகனுக்கும் வழங்கியிருக்கும் அடிப்படைப் பாதுகாப்பை அவர்கள் உறுதிசெய்கிறார்கள்!

கணக்குப்பதிவாளர் ஆகலாம்

உங்களிடம் இப்போது எவ்வளவு பணம் இருக்கிறது?

சிலருக்குத் தந்தை, தாய் 'பாக்கெட் மணி' கொடுத்திருப்பார்கள்; அதை அவர்கள் கொஞ்சம் செலவுசெய்துவிட்டுக் கொஞ்சம் சேமித்துவைப்பார்கள்.

வேறு சிலர் பேச்சுப்போட்டி, ஓவியப்போட்டி போன்றவற்றில் வெற்றிபெற்றுப் பணப்பரிசு பெற்றிருப்பார்கள். அதைப் பின்னர் செலவுசெய்துகொள்ளலாம் என்று பத்திரமாக வைத்திருப்பார்கள்.

அப்படி உங்களிடம் இப்போது எவ்வளவு பணம் இருக்கிறது? அந்தப் பணம் எப்படி வந்தது? அதை நீங்கள் எப்படிச் செலவுசெய்தீர்கள்? எங்கே செலவுசெய்தீர்கள்? அதற்கான சான்றுகள் உங்களிடம் உள்ளனவா?

என்ன? திருதிருவென்று விழிக்கிறீர்களா? 'இதெல்லாம் யாருக்கு ஞாபகமிருக்கும்?' என்று திகைக்கிறீர்களா?

கவலைப்படாதீர்கள். சும்மா ஒரு பேச்சுக்குதான் இந்தக் கேள்விகளைக் கேட்டோம். உண்மையில் உங்களிடம் உள்ள ரூபாயை நாம் ஆராயப்போவதில்லை.

ஆனால், பெரியவர்கள், நிறுவனங்கள் இப்படிப் பண

விஷயத்தில் அலட்சியமாக இருக்கமுடியாது. பணம் வருகிறபடி வரட்டும், செலவாகிறபடி செலவாகட்டும் என்று இருந்துவிட்டால், அவர்களால் சரியானபடி பணத்தைச் சேமிக்கமுடியாது, வரவுக்குமேல் செலவுசெய்து அவர்கள் நஷ்டத்தைச் சந்தித்துவிடக்கூடும்.

அதேசமயம், இதுபோன்ற பண விவகாரங்கள் எல்லாருக்கும் தெரிந்திருக்காது. அவர்களுக்கு இதில் ஆலோசனை சொல்லக்கூடிய நிபுணர்கள் உள்ளார்கள். அவர்களைக் 'கணக்குப்பதிவாளர்கள்' என்கிறார்கள். ஆங்கிலத்தில் Chartered Accountant.

இங்கே 'கணக்கு' என்பது நிதி விஷயங்களைக் குறிக்கிறது. எடுத்துக்காட்டாக, உங்களுடைய தந்தை, தாய்க்கு அலுவலகத்தில் சம்பளம் வருகிறது, அவர்கள் தங்கள் வீட்டை வாடகைக்கு விட்டிருந்தால் அதன்மூலம் வாடகை வருகிறது, அதை அவர்கள் பலவிதங்களில் செலவுசெய்கிறார்கள், சேமிக்கிறார்கள்... இவை அனைத்தும் அவர்களுடைய தனிப்பட்ட நிதி விஷயங்கள்.

இதேபோல, நிறுவனங்களும் தங்களுடைய பொருள்களை, சேவைகளை விற்றுச் சம்பாதிக்கின்றன, அதைக்கொண்டு செலவுசெய்கின்றன, ஊழியர்களுக்குச் சம்பளம் தருகின்றன... இவை அனைத்தும் அவர்களுடைய தொழில்சார்ந்த நிதி விஷயங்கள்.

இந்த விஷயங்களையெல்லாம் கவனித்து உறுதிப்படுத்துவதுதான் கணக்குப்பதிவாளர்களின் வேலை. நிதி சம்பந்தமான அனைத்து விஷயங்களுக்கும் கணக்குகள் சரியாக இருக்கவேண்டும் என்று இவர்கள் வலியுறுத்துகிறார்கள். அவற்றைச் சரிபார்க்கிறார்கள். எல்லாம் சரியாக உள்ளது என்று சான்றிதழ் தருகிறார்கள், ஆசிரியர்கள் உங்களுடைய திறமையைத் தேர்வுகளின்மூலம் சரிபார்த்துச் சான்றிதழ் தருவதைப்போல!

இத்துடன், பணத்தை முதலீடுசெய்வது எப்படி, செலவுசெய்வது எப்படி, வருவாய், விற்பனை போன்றவற்றுக்காக அரசுக்குச் செலுத்தவேண்டிய வரிகளை எப்படிக் கையாள்வது போன்றவற்றிலும் இவர்கள் முக்கியமான ஆலோசனைகளை

+2வுக்குப் பிறகு என்ன படிக்கலாம்?

வழங்குகிறார்கள். தங்களுடைய வாடிக்கையாளர்களின் நிதி விஷயங்கள் தொடர்பாக அரசுக்கோ பிற தொழில் அமைப்புகளுக்கோ நிதி அறிக்கைகளைச் சமர்ப்பிக்கிறார்கள்.

சி.ஏ. என்று சுருக்கமாக அழைக்கப்படும் சார்ட்டர்ட் அக்கவுன்டன்ட் ஆவது எப்படி?

இதற்காக CPT (Common Proficiency Test) என்ற ஒரு தேர்வு நடத்தப்படுகிறது. இதில் கணக்குப்பதிவியல், பொருளாதாரம், அவை தொடர்பான சட்டங்கள் போன்றவற்றிலிருந்து கேள்விகள் கேட்கப்படும். +2 படித்த மாணவர்கள் இத்தேர்வை எழுதலாம்.

CPTயில் தேர்ச்சிபெற்றபின்னர், IPCC (Integrated Professional Competence Course) என்ற பாடங்களைப் படித்து இன்னொரு தேர்வு எழுதவேண்டும். இதிலும் கிட்டத்தட்ட அதேபோன்ற தலைப்புகள்தான் இருக்கும், ஆனால், இன்னும் ஆழமான பயிற்சி தேவைப்படும்.

நிறைவாக, CA Final Examination எனப்படும் தேர்வுக்காகப் படிக்கவேண்டும். இது உலகிலேயே மிகக்கடினமான பாடங்களைக்கொண்ட, தேர்வுகளில் ஒன்றாகக் கருதப்படுகிறது. அதேசமயம், இத்துறையில் ஆர்வமுள்ளவர்களை இத்தேர்வு பயமுறுத்தாது. கடினமான இப்பணிக்கு அவர்களை நன்கு தயார்செய்யும்.

CA படித்தோருக்கு உள்நாட்டிலும் வெளிநாடுகளிலும் நல்ல வேலைவாய்ப்புகள் இருக்கின்றன. அவர்களுக்குச் சமூகத்தில் நல்ல மதிப்பும் சிறந்த வருவாயும் உண்டு. காரணம், தேர்ந்தெடுக்கப்பட்ட மிகச் சிலரால்தான் இக்கௌரவத்தைப் பெற இயலும்.

அதன்பிறகும் அவர்கள் சமீபத்திய மாற்றங்கள், சட்டங்களைப் பற்றித் தெரிந்துகொண்டு தங்களைப் புதுப்பித்துக்கொண்டே இருக்கவேண்டும். அப்போதுதான் அவர்கள் தங்களுடைய வாடிக்கையாளர்களான தனிநபர்கள், நிறுவனங்களுக்குச் சிறப்பானமுறையில் உதவலாம்!

விவசாயி ஆகலாம்

பச்சைப்பசேல் வயல்கள், குளுகுளு தென்றல் காற்று, அங்கே ஒரு கன்றுக்குட்டி, இங்கே ஒரு சேவல், பக்கத்தில் நிழல் தரும் மரங்கள், செடிகொடிகள், அவற்றில் தொங்கும் ருசியான, நறுமணம் வீசும் பழங்கள், மலர்கள், மூலிகைகள், சத்தான காய்கறிகள்...

கற்பனை செய்வதற்கே சுகமாக இருக்கிறதல்லவா? என்னதான் நகரங்கள், ஸ்மார்ட் நகரங்கள் என்று நாம் உருவாக்கிக்கொண்டே போனாலும், கிராமங்களில்தான் இந்தியாவின் இதயம் இருக்கிறது. இதைப் பல ஆண்டுகளுக்குமுன் காந்தியே சொல்லியிருக்கிறார்.

இந்தியாவின் வளர்ச்சிக்கு ஒருபுறம் தொழில்முன்னேற்றம் காரணமாக அமைந்ததென்றால், இன்னொருபக்கம் விவசாயத்தொழிலில் ஏற்பட்ட மாற்றங்களும் மேம்பாடுகளும் அதற்குத் துணைநின்றிருக்கின்றன. நமக்குத் தேவையான உணவை நாமே உற்பத்திசெய்துகொள்ளும்போது கிடைக்கும் சுதந்திரம்தான் நம்மைப் பல புதிய முயற்சிகளில் ஈடுபடச்செய்கிறது.

அந்தவிதத்தில், ஒவ்வோர் உழவரும், ஒவ்வொரு பண்ணைத் தொழிலாளியும் நாட்டின் வளர்ச்சிக்குப் பங்களிக்கிறார். அவர்களோடு நீங்களும் இணைந்துகொள்வீர்களா?

விவசாயிகளுடன் இணைந்துகொள்வதென்றால், வயலில் இறங்கி நாற்றுநடவேண்டும், உரம் போடவேண்டும், அறுவடை செய்யவேண்டும் என்று அவசியமில்லை. உங்களுடைய கல்வித்திறமையைப் பயன்படுத்தியும் அவர்களுக்கு உதவலாம்.

மனிதனின் ஆரம்பகாலத் தொழில்களில் ஒன்று விவசாயம். பல தலைமுறைகளாக அதில் வெவ்வேறு மாற்றங்கள், முன்னேற்றங்கள் ஏற்பட்டிருக்கின்றன. தானியங்கள், காய்கறிகள், பழங்களில் ஒட்டுரகங்களை உருவாக்குவதில் தொடங்கி, விவசாயத்துக்குத் தேவைப்படும் கருவிகளை உருவாக்குவது, மண்ணின் தன்மை, வானிலை போன்றவற்றை ஆராய்ந்து விவசாயிகளுக்கு அவசியமான விவரங்களைத் தருவதுவரை ஏராளமான ஆராய்ச்சிகள் நடைபெற்றிருக்கின்றன, இன்னும் நடைபெற்றுக்கொண்டிருக்கின்றன.

இதன்மூலம், முன்பு இருந்த அதே வயலில், அதே அளவு பணத்தை, அதே அளவு உழைப்பை (அல்லது முன்பைவிடக் குறைவாக) முதலீடு செய்து அதிக விளைச்சலைப் பெறுவது சாத்தியமாகியிருக்கிறது. இப்படிப் பெற்ற விளைபொருள்களை நாட்டின் பல்வேறு பகுதிகளுக்கு விரைவாகக் கொண்டுசெல்வது, மதிப்புக்கூட்டி விற்பனைசெய்வது என்று விவசாயத்தின் நன்மையை ஒட்டுமொத்த தேசமும் பயன்படுத்திக்கொள்ள வழிசெய்யப்பட்டிருக்கிறது.

இத்தனைக்குப் பிறகும், இந்தத் துறையில் இன்னும் ஏராளமான ஆய்வுகள், முன்னேற்றங்களுக்கு இடமுண்டு. அந்தப் பணியில் நீங்களும் கலந்துகொள்ளலாம், விவசாய ஆய்வுகளில் ஈடுபட்டுப் புதிய விஷயங்களைக் கண்டுபிடிக்கலாம், விவசாயிகளின் பிரச்னைகளைத் தீர்க்க ஆலோசனை சொல்லலாம், அவற்றை ஆராய்ந்து தீர்த்துவைக்கலாம், விவசாய விளைபொருட்களைப் பயனுள்ள உணவுப்பண்டங்களாக, பிற பொருட்களாக மாற்றி விற்பனை செய்யலாம்...

இங்கே 'விவசாயம்' என்று நாம் பொதுவாகச் சொன்னாலும், அதில் தாவரங்களோடு விலங்குகளும் இடம்பெறும். அதாவது, பால்பண்ணை அமைத்தல், கோழிப்பண்ணை அமைத்தல், மீன் வளர்த்தல் போன்றவையும் விவசாயத்தில் சேர்ந்தவைதான். இவை ஒவ்வொன்றிலும் பலவிதமான ஆய்வுகள் நடைபெற்றுவருகின்றன, புதிய தொழில்நுட்பங்கள் அறிமுகமாகிக்கொண்டிருக்கின்றன, இவற்றைக் கற்றுக்கொள்கிறவர்களுக்கு ஏற்ற வேலைவாய்ப்புகள் உருவாகிவருகின்றன.

இதற்காக, இந்தியாவின் பல மாநிலங்களில் விவசாயக் கல்லூரிகள், பல்கலைக்கழகங்கள் ஏற்படுத்தப்பட்டுள்ளன. எடுத்துக்காட்டாக, நம் தமிழ்நாட்டில், கோயம்பத்தூரில் உள்ள 'தமிழ்நாடு விவசாயப் பல்கலைக்கழகம்', நாகப்பட்டினத்தில் உள்ள 'தமிழ்நாடு மீன்வளப் பல்கலைக்கழகம்', மாதவரத்திலுள்ள 'தமிழ்நாடு கால்நடை மற்றும் விலங்குகள் அறிவியல் பல்கலைக்கழகம்' ஆகியவற்றைக் குறிப்பிடலாம்.

இப்படி நாடுமுழுவதுமுள்ள விவசாயம்சார்ந்த கல்வி நிறுவனங்கள் ஒவ்வொன்றிலும் சேர்வதற்கான வழிமுறைகள் மாறுபடும். உங்களுக்கு எந்தத் துறையில் ஆர்வம் இருக்கிறது என்பதைப் பொறுத்து அதற்கேற்ற படிப்பைத் தேர்ந்தெடுக்கலாம்.

எடுத்துக்காட்டாக, *BSc (விவசாயம்)* என்பது இந்தத் துறையில் ஓர் அடிப்படைப் படிப்பாகும். இதற்கு நீங்கள் பன்னிரண்டாம் வகுப்பில் குறைந்தபட்சம் 50 முதல் 60 மதிப்பெண்களை எடுத்திருக்கவேண்டும். அதன்பிறகு, இதற்கென்று நடத்தப்படும் சிறப்பு நுழைவுத்தேர்வொன்றை எழுதவேண்டியிருக்கும். அதில் அதிகபட்ச மதிப்பெண்களை எடுக்கிறவர்கள் மட்டுமே இந்தப் பட்டப்படிப்பில் சேரமுடியும்.

BSc (விவசாயம்) படிப்போர் இந்த அடிப்படை விஷயங்களைக் கற்பார்கள்:

★ கிராமப்புறச் சமூகவியல்

★ தாவர உயிர்வேதியியல்

+2வுக்குப் பிறகு என்ன படிக்கலாம்?

★ விவசாயப் பொருளாதாரம்
★ நிதி மற்றும் கூட்டுறவு அமைப்புகள்
★ விவசாயச் சந்தைப்படுத்தல், வர்த்தக நுட்பங்கள்
★ விவசாயத் தொழில் மேலாண்மை
★ மண் மற்றும் நீர்ப் பொறியியல்
★ விவசாயமும் மின்சார மூலங்களும்
★ பூச்சியியல், நுண்ணுயிரியியல்
★ இயற்கை வள மேலாண்மை
★ தோட்டக்கலை

சொல்வதற்கே நமக்கு மூச்சுவாங்குகிறது. இதுபோல் விவசாயம் தொடர்பான ஒவ்வொரு பட்டப்படிப்பிலும் ஏராளமான தலைப்புகள். வகுப்பறையில் வாசிப்பது பாதி, வயலில் இறங்கிக் கற்றுக்கொள்வது மீதி. 'விவசாயம்' என்று நாம் ஒற்றைச்சொல்லில் குறிப்பிடும் விஷயத்துக்குள் இப்படித் தெரிந்துகொள்ள ஏராளமான விஷயங்கள் இருக்கின்றன. அவை ஒவ்வொன்றையும் சரியானபடி அமல்படுத்தினால் விளைச்சலை அதிகப்படுத்தலாம், பாதுகாப்பான, சத்தான உணவுவகைகளை நாட்டுக்களிக்கலாம்.

விவசாயம் படித்தால் என்னமாதிரியான வேலைவாய்ப்புகள் கிடைக்கும்?

பல்வேறு அரசு, தனியார் நிறுவனங்களில் விவசாய அலுவலர், ஆய்வாளர் பணிவாய்ப்புகள் உள்ளன. உணவுப்பொருட்களை உற்பத்திசெய்யும் உள்நாட்டு, வெளிநாட்டு நிறுவனங்கள், சமீபகாலமாகப் புகழ்பெற்றுவரும் பெரிய விவசாயப்பண்ணைகள் இதற்கென்று தொடர்ந்து முதலீடுசெய்துவருகின்றன. குறிப்பாக, களப்பணியில் ஆர்வமும் திறமையும் உள்ளவர்களுக்கு இங்கே நல்ல மதிப்புண்டு.

இவைதவிர, விவசாயிகளுக்குப் புதிய தொழில்நுட்பங்களில் பயிற்சியளிக்கும் ஆசிரியப்பணிக்கும் இப்போது முக்கியத்துவம் அதிகரித்துவருகிறது. உணவு உற்பத்தித்துறையிலும் பல வேலைவாய்ப்புகள் உருவாகியுள்ளன.

விவசாயம் பழைமையான தொழிலாக இருக்கலாம். ஆனால், அதற்கு என்றைக்கும் முக்கியத்துவம் உண்டு. நவீன தொழில்நுட்ப முன்னேற்றங்களைப் பயன்படுத்திக்கொண்டு அதனை இன்னும் சிறப்பாக்கலாம். உழைக்கிறவர்களுக்குப் பலமடங்கு பலன் கிடைக்கச்செய்யலாம். ஊருக்கே உணவூட்டும் விவசாயிகள் மகிழ்ந்து சிரிப்பதற்கு உங்கள் கல்வியும் திறமையும் அனுபவமும் பயன்படும். அதுவே பெரிய பரிசு!

உணவு நிபுணர் ஆகலாம்

காலையில் என்ன சாப்பிட்டீர்கள்?

இட்லி, தோசை, உப்புமா, சப்பாத்தி... இப்படி நீங்கள் சாப்பிட்ட உணவுதான் உங்களுக்கு ஆற்றலைத் தருகிறது. நாள்முழுக்கச் சுறுசுறுப்பாக வேலைபார்க்கச்செய்கிறது.

அதேசமயம், ஆற்றல் தரும் உணவுகளுக்குப் பதிலாகச் சுவையைமட்டுமே கொண்ட, சத்தில்லாத குப்பை உணவுகளை அதிகம் உட்கொண்டால், உணவில் அனைத்துச் சத்துகளும் சரிவிகிதத்தில்

இல்லாவிட்டால், உடலுக்குப் பல பிரச்னைகள் வரக்கூடும். எடை அதிகரிப்பில் தொடங்கி நோய்கள்வரை பலவற்றுக்கும் தவறான உணவுதான் காரணம்.

ஆரோக்கியமானவர்களுக்கே இப்படியென்றால், ஏற்கெனவே நோயால் வருந்துகிறவர்களுடைய நிலையைக் கற்பனை செய்துபாருங்கள். அவர்களுடைய நோயைக் கட்டுப்படுத்துவதற்கும், அதனால் சிக்கல்கள்

ஏற்படாதபடி தடுப்பதற்கும் உணவுக்கட்டுப்பாடு அவசியம். உணவில் கவனம் செலுத்தினால், அவர்கள் விரைவில் குணமாகலாம், நலத்துடன் வாழலாம்.

ஆனால், இதையெல்லாம் அவர்களுக்கு யார் சொல்வார்கள்? பெரும்பாலான மருத்துவமனைகளில் நோய்க்குச் சிகிச்சையளிக்கும் மருத்துவர்களுடன் உணவு மற்றும் ஊட்டச்சத்து நிபுணர்களும் இருக்கிறார்கள். உடல்நலக்குறைபாடுகளோடு அங்கே வருகிறவர்களுக்கு வெறுமனே மருந்து தருவதோடு நிறுத்திவிடாமல், சரியான உணவையும் இவர்கள் திட்டமிட்டுத்தருகிறார்கள்.

'உணவுத்திட்டம்' என்றால், ஒருவர் காலை, மதியம், இரவு எதை உண்ணவேண்டும், எந்த அளவு உண்ணவேண்டும், எதை உண்ணக்கூடாது என்றெல்லாம் வரையறுப்பதாகும். உங்கள் பள்ளியில் எந்த நேரத்தில் எந்தப் பாடம் நடத்தப்படும் என்று ஒரு 'பாடத்திட்டம்' தயாரிக்கிறார்களல்லவா? அதைப்போலதான் இதுவும்.

பாடத்திட்டம் என்பது, வகுப்பிலுள்ள எல்லா மாணவர்களுக்கும் பொதுவானது. ஆனால் உணவுத்திட்டமோ ஒவ்வொருவருக்கும் மாறுபடும்: ஒருவருடைய வயது, உடல்நிலை, உணவுப்பழக்கங்கள், அவர் செய்யும் வேலை, உடலுழைப்பு, சுற்றுச்சூழல் என்று பல காரணிகளைக் கவனித்து, அதன் அடிப்படையில் உணவுத்திட்டம் வகுக்கப்படும். அதில் கார்போஹைட்ரேட், புரதம், கொழுப்பு, வைட்டமின்கள் என அனைத்தும் தேவையான அளவு இருக்கும்படி பார்த்துக் கொள்ளப்படும்.

அப்படியானால், இந்தப் பணியைச் செய்யும் நிபுணருக்கு உணவைப்பற்றியும் மனித உடல் அதனை எப்படி ஏற்றுக்கொள்கிறது, எப்படிப் பயன்படுத்திக்கொள்கிறது என்பதைப்பற்றியும் நன்கு

தெரிந்திருக்கவேண்டும். அவர் நோயாளிகளைக் கவனித்து, அவர்களுடைய பிரச்னைகளைக் கேட்டுத் தெரிந்துகொண்டு

+2வுக்குப் பிறகு என்ன படிக்கலாம்?

உரிய உணவுகளைப் பரிந்துரைக்கவேண்டும்.

நோயாளிகள்மட்டுமல்ல, ஆரோக்கியமாக இருக்கிறவர்களும் இப்போது உணவு நிபுணர்களைத் தேடி வருகிறார்கள், 'வருங்காலத்தில் எனக்கு எந்தப் பிரச்னையும் வரக்கூடாது என்றால், இப்போது நான் எப்படி உண்ணவேண்டும்?' என்று கேட்டு உணவுத்திட்டத்தை வகுத்துக்கொள்கிறார்கள்.

உணவு நிபுணர் ஆகவேண்டுமென்றால் அதற்கு என்ன படிக்கவேண்டும்?

முதலில், 'உணவு நிபுணர்' என்பது பொதுவான சொல்; இன்னும் நுட்பமாகப் பார்த்தால் இதில் இரண்டு பகுதிகள் உண்டு: Dietician (உணவியல் அறிஞர்), Nutritionist (ஊட்டச்சத்தியல் அறிஞர்).

இந்த இருவருக்கும் என்ன வித்தியாசம்?

'டயட்' என்ற சொல்லை நாம் 'உணவுக்கட்டுப்பாடு' என்ற பொருளில்தான் அதிகம் பயன்படுத்துகிறோம். உடலைக் குறைக்கவேண்டும் என்று நினைப்பவர்கள், 'நான் டயட் இருக்கேன்' என்பார்கள்.

உண்மையில், 'டயட்' என்றால் 'உணவுப்பழக்கம்' என்றுதான் பொருள். 'டயட்டீஷியன்' எனப்படும் உணவியல் அறிஞர்கள் ஒருவருடைய உணவுப்பழக்கத்தைக் கவனிக்கிறார்கள்; அது அவர்களுடைய உடல்நிலைக்கு, மருத்துவநிலைக்குச் சரியானதுதானா என்று கண்டறிந்து, உரிய மாற்றங்களைச் செய்கிறார்கள். இப்படி இவர்கள் வகுத்துத்தரும் உணவுப்பழக்கங்களை அவர்கள் ஒழுங்காகப் பின்பற்றுகிறார்களா என்று கவனிக்கிறார்கள். அதன்மூலம் அவர்களுடைய நோய் குணமாவதை உறுதிசெய்கிறார்கள்.

'ஊட்டச்சத்தியல் அறிஞர்' என்பவரும் கிட்டத்தட்ட இதேமாதிரியான வேலையைத்தான் செய்கிறார்; ஆனால், அவர் நோயாளிகளுடன் இணைந்து பணியாற்றுவதில்லை.

ஆரோக்கியமாக உண்ண விரும்பும் பொதுமக்களுக்கு எதைச் சாப்பிடலாம், எந்த அளவு சாப்பிடலாம் என்று பரிந்துரைக்கிறார். இத்துடன், அவர்கள் உணவு, ஊட்டசத்து தொடர்பான ஆராய்ச்சிகளிலும் பங்கேற்கிறார்கள்.

உணவியல் அறிஞராக விரும்புகிறவர்கள் அதற்காக 'Dietics' துறையில் இளங்கலைப் பட்டமோ பட்டயமோ பெறவேண்டும். இதில் அவருக்குக் கற்றுத்தரப்படும் விஷயங்கள் சில: மனித உடற்கூறியல், செல் அமைப்பு, உணவின் சமூகத்தன்மை, வேதியியல், மருத்துவ ஆய்வின் அடிப்படைகள், உயிர்வேதியியல், ஊட்டச்சத்து மதிப்பீடு, பொது நல ஊட்டச்சத்தியல், ஊட்டச்சத்து அடிப்படையிலான மருத்துவ சிகிச்சைகள், ஆலோசனை வழங்கும் திறன்.

இவற்றைப் பயின்று பட்டம் பெற்றபிறகு, அவர் விரும்பினால் இதே துறையில் மேற்படிப்புக்குச் செல்லலாம், ஆய்வுகளில் பங்கேற்கலாம், அல்லது மருத்துவமனைகளில் உணவியல் அறிஞராகப் பணியாற்றத் தொடங்கலாம். தாங்களே சொந்தமாக ஆலோசனை மையங்களை அமைத்து நோயாளிகளுடன் பணியாற்றுபவர்களும் உண்டு.

ஊட்டச்சத்தியல் நிபுணராக விரும்புகிறவர்கள் உணவு அறிவியல் மற்றும் ஊட்டச்சத்தியல் துறையில் பட்டப்படிப்புக்குச் செல்லலாம். இதுவும் உணவியல்போன்ற அடிப்படைப் பாடங்களைக் கொண்டிருக்கும், அதற்குமேல், பொதுமக்கள், குழந்தைகள், கர்ப்பிணிகள் போன்றோருக்குத் தேவையான ஊட்டச்சத்துகள், உணவைப் பதப்படுத்தும் முறைகள், உணவின் தரத்தை ஆராய்தல், குடும்பத்தினருக்கான உணவுப்பழக்கத்தைத் திட்டமிடுதல் போன்றவை கற்றுத்தரப்படும்.

உணவியல் அறிஞர்கள் எல்லாருமே தங்களை ஊட்டச்சத்தியல் அறிஞர்களாகவும் கருதலாம்; ஆனால், ஊட்டச்சத்தியல் அறிஞர்கள் தங்களை உணவியல் அறிஞர்களாக மாற்றிக்கொள்ள விரும்பினால், அதற்கென்று சிறப்புப்பாடங்களைப் படிக்கவேண்டியிருக்கும்.

+2வுக்குப் பிறகு என்ன படிக்கலாம்?

உலகில் எல்லாருக்கும் உணவைப் பிடிக்கும்; அதனைச் சரியானமுறையில் உண்டு உடலுக்கு வலுவைச் சேர்த்துக்கொள்வதற்கு உதவும் உணவியல், ஊட்டச்சத்தியல் அறிஞர்களின் பணி, ஒரே நேரத்தில் சிறந்த சமூக சேவையாகவும் நல்ல வருவாயைத் தரும் வேலையாகவும் அமைகிறது!

சந்தைப்படுத்தல் (மார்க்கெட்டிங்) நிபுணர் ஆகலாம்

*க*டைக்குச் செல்கிறீர்கள். அங்கே மிட்டாய், பிஸ்கட் போன்ற தின்பண்டங்களில் தொடங்கி பேனா, பென்சில், பொம்மைகள், ஆடைகள் என்று பலவிதமான பொருட்கள் இருக்கின்றன. அவற்றில் உங்களுக்குப் பிடித்தவற்றைத் தேர்ந்தெடுத்து வாங்குகிறீர்கள்.

ஆனால், இது பிடித்தது, இது பிடிக்காதது என்று எப்படித் தேர்ந்தெடுக்கிறீர்கள்?

எடுத்துக்காட்டாக, பச்சை நிறத்தில் ஒரு மிட்டாய், சிவப்பு நிறத்தில் ஒரு மிட்டாய், இந்த இரண்டில் எதை வாங்குவது?

நேற்றைக்குத் தொலைக்காட்சியைப் பார்க்கும்போது பச்சை மிட்டாயின் விளம்பரம் வந்தது. அந்த விளம்பரம் உங்களுக்கு மிகவும் பிடித்திருந்தது.

இன்று காலை செய்தித்தாளில் காமிக்ஸ் படித்துக் கொண்டிருந்தீர்கள். அதற்குப் பக்கத்தில் அதே பச்சை மிட்டாயின் விளம்பரம் இருந்தது.

+2வுக்குப் பிறகு என்ன படிக்கலாம்?

சில நிமிடங்களுக்கு முன்னால் இந்தக் கடைக்குள் நுழையும்போது, அங்கே ஒரு பிரம்மாண்டமான பொம்மை வைத்திருந்தார்கள். அந்தப் பொம்மையின் கையில் ஏழெட்டுப் பச்சை மிட்டாய்கள் இருந்தன.

இப்படிக் கடந்த சில நாட்களில் அந்தப் பச்சை மிட்டாய் தொடர்பாக நீங்கள் பார்த்த வெவ்வேறு விஷயங்கள் உங்களையும் அறியாமல் உங்கள் மனத்தில் பதிந்துவிட்டன. ஆகவே, பக்கத்திலேயே சிவப்பு மிட்டாய் இருந்தாலும்கூட, நீங்கள் அந்தப் பச்சை மிட்டாயைத் தேர்ந்தெடுக்கிறீர்கள். அதைவிட இந்த மிட்டாய் ருசியானது என்று நினைக்கிறீர்கள்; அதற்காக ஓரிரு ரூபாய் கூடுதலாகத் தரவும் தயாராக இருக்கிறீர்கள்.

இதைப் பார்த்துவிட்டு அந்தச் சிவப்பு மிட்டாய் நிறுவனம் சும்மா இருக்குமா? நாளைக்கு அவர்களும் தொலைக்காட்சி, பத்திரிகைகள், இணையதளம், மொபைல், கடைவாசல்கள், விளம்பரப் பதாகைகள் எனப் பலவிதங்களில் உங்களை ஈர்க்க முற்படுவார்கள். இந்த இரண்டில் யார் உங்களை அதிகம் ஈர்க்கிறார்களோ அவர்கள்தான் ஜெயிப்பார்கள்.

ஐந்து ரூபாய் மிட்டாய்க்கே இப்படியென்றால், இன்னும் பெரிய பொருட்களைத் தயாரிக்கும் நிறுவனங்கள் எப்படியெல்லாம் திட்டமிட்டு வாடிக்கையாளர்களை ஈர்க்கும் என்று யோசியுங்கள். இதைத்தான் சந்தைப்படுத்துதல் (Marketing) என்கிறோம்.

இன்றைய தேதிக்கு ஒரு சிறிய குண்டூசியில் தொடங்கி கார், வீடு, விமானம் போன்ற பெரிய பொருட்கள்வரை அனைத்தையும் சந்தைப்படுத்தவேண்டியிருக்கிறது. இன்னொருபக்கம், உணவகங்கள், கடைகள், பொருட்களைப் பழுதுபார்க்கிறவர்கள், மின்சாரம், குடிநீர், சமையல் எரிவாயு, தொலைபேசி இணைப்பு, இணையம் போன்ற அத்தியாவசியச் சேவைகளை வழங்குகிறவர்கள், அவ்வளவு ஏன், பள்ளி, கல்லூரிகள்கூட வாடிக்கையாளர்களைக் கவர்ந்திழுக்கப் போட்டிபோடுகிறார்கள். இதனால் உலகெங்கும் மார்க்கெட்டிங் நிபுணர்களுக்குத் தேவை பெருகியிருக்கிறது.

குறிப்பாக, டிஜிட்டல் தொழில்நுட்பத்தைப் பயன்படுத்தி மக்களைச் சென்றடைவது மிக எளிதாகிவிட்டது. அதேசமயம் எல்லாரும் இதைப் பயன்படுத்துகிறார்கள் என்பதால், கடும் போட்டிக்கு நடுவே நம்முடைய நிறுவனத்தை, தயாரிப்புகளை மக்கள் மனத்தில் நிலைநிறுத்துவதற்குத் திறமையான மார்க்கெட்டிங் நிபுணர்கள் வேண்டும்.

நாம் மார்க்கெட்டிங் நிபுணர்கள் ஆவது எப்படி?

பள்ளிப்படிப்பை முடித்தபிறகு, சந்தைப்படுத்துதல் துறையில் பட்டப்படிப்பு பெறலாம். அல்லது வேறொரு துறையில் படித்தபடி பகுதிநேரமாகச் சந்தைப்படுத்துதல் நுட்பங்களைக் கற்றுக்கொள்ளலாம். பல இணையதளங்களும் இப்போது இதனைக் கற்றுத்தருகின்றன. இதுபற்றி விரிவான நூல்களும் உள்ளன.

இவை அனைத்திலும், நாம் எதைச் சந்தைப்படுத்த விரும்புகிறோமோ அதைப்பற்றி நம் வாடிக்கையாளர்களுக்குப் புரியும்படி ஒரு தெளிவான கருத்தை உருவாக்குவது எப்படி, அதன்மூலம் அவர்களுக்கு என்ன கூடுதல் நன்மை என்பதைத் தெரிவிப்பது எப்படி, அதனைப் பல்வேறு ஊடகங்களின்வழியே கொண்டுசெல்வது எப்படி என்கிற அடிப்படை அம்சங்கள் கற்றுத்தரப்படுகின்றன.

எடுத்துக்காட்டாக, நாம் ஒரு பேனாவை மார்க்கெட்டிங் செய்கிறோம் என்றால், அந்தப் பேனாவினால் எழுதுபவருக்கு என்ன நன்மை என்று யோசிக்கவேண்டும்:

★ முத்துமுத்தாக எழுதும்

★ நெடுநேரம் எழுதும்

★ கையில் பிடித்து எழுதினால் விரல்கள் வலிக்காது

★ தாளில் எழுத்து நன்கு தெளிவாகத் தெரியும்

★ விலை குறைவு

+2வுக்குப் பிறகு என்ன படிக்கலாம்?

இப்படி ஒவ்வொரு பொருளிலும் பல நன்மைகள் இருக்கும். அவற்றை மக்களுக்குப் புரியும்படி தெளிவாகச் சொல்லத்தெரிந்துகொள்ளவேண்டும். அது எழுத்தாக இருக்கலாம், படமாக இருக்கலாம், வீடியோவாக இருக்கலாம், வேறுவிதமான பொருளாகவும் இருக்கலாம்.

அடுத்து, அந்த விஷயத்தை மக்களிடையே கொண்டுசெல்கிற ஊடகங்களைப்பற்றித் தெரிந்துகொள்ளவேண்டும். பத்திரிகைகள், தொலைக்காட்சி, வானொலி, இணையம், வாடிக்கையாளர்களை நேருக்குநேர் சந்தித்தல் என்று இவை பலவகைப்படும்.

சந்தைப்படுத்துதல் நிபுணரின் பணி, ஒரு பொருளைப்பற்றி வாடிக்கையாளர்களிடம் சொல்வதுமட்டுமில்லை; வாடிக்கையாளர்களுக்கு என்னவிதமான பொருட்கள் தேவை என்பதைக் கண்டறிவதும் அவருடைய வேலைதான்.

எடுத்துக்காட்டாக, பேனா வாங்கும் வாடிக்கையாளர்கள் யார், அவர்களுக்கு என்னமாதிரியான பேனாக்கள் தேவைப்படுகின்றன, அவற்றில் அவர்கள் என்ன நன்மைகளை எதிர்பார்க்கிறார்கள், அவற்றுக்காக அவர்கள் எவ்வளவு விலை கொடுக்கத் தயாராக இருக்கிறார்கள்... இப்படிப் பல விஷயங்களை ஆராய்ந்து அந்தப் பேனா தயாரிப்பு நிறுவனத்துக்குச் சொல்லப்போவது, மார்க்கெட்டிங் நிபுணர்களான நீங்கள்தான்.

நன்கு திட்டமிட்டு, நல்ல பொருளாகத் தயாரித்து, சிறப்பானவகையில் நீங்கள் வாடிக்கையாளர்களை ஈர்க்க முயன்று கொண்டிருக்கும்போது, உங்களுடைய போட்டியாளர்களும் அதேபோன்ற பொருட்களுடன் உங்களோடு மோதுவார்கள். அல்லது சந்தையில் வாடிக்கையாளர்கள் உங்களுடைய தயாரிப்புகளைப் பயன்படுத்திப்பார்த்துவிட்டு அதில் சில குறைகளைச் சொல்வார்கள். இதுபோன்ற சவால்களின்போது ஒரு மார்க்கெட்டிங் நிபுணர் கவனமாகச் சிந்தித்துச் சரியானவகையில் திட்டமிட்டு அவற்றைச் சமாளிக்கவேண்டும்.

மார்க்கெட்டிங் என்பது மிகவும் செலவுபிடிக்கிற விஷயம். ஆகவே, நாம் செலவழிக்கிற ஒவ்வொரு ரூபாய்க்கும் சரியான பலன் வருகிறதா என்பதைக் கவனிக்கவேண்டும். அப்படி வரவில்லையென்றால் சட்டென வேறுவகையில் சிந்திக்கத்தொடங்கவேண்டும்.

மொத்தத்தில், சந்தைப்படுத்துதல் என்பது ஒரு சவாலான விளையாட்டு; அதேசமயம், அந்தத் துறையில் ஆர்வமுள்ளவர்களுக்கு இது ஓர் ஆனந்தமான அனுபவமாகவே இருக்கும். ஒவ்வொரு வெற்றியிலும் தோல்வியிலும் பாடம் கற்றுக்கொண்டு வேகமாக முன்னேறுவார்கள், தங்கள் பொருட்களை இன்னும் அதிகப்பேரிடம் கொண்டுசெல்வார்கள்.

ஆட்சித்தலைவர் ஆகலாம்

பள்ளியில் ஒரு விழா. மாவட்ட ஆட்சித்தலைவர் வந்திருக்கிறார். மாணவர்களை ஊக்கப்படுத்திப் பேசுகிறார்; நல்ல மதிப்பெண்களைப் பெற்றவர்கள், போட்டிகளில் வென்றவர்களுக்குப் பரிசுகளை வழங்குகிறார்.

அவர் விழாவுக்கு வரும்போதே பெரிய பரபரப்புதான். பலவிதமான வாகனங்கள், காவல்துறைப் பாதுகாப்பு என்று ஓர் அரசரைப்போல் நுழைகிறார் அவர். பள்ளித் தலைமையாசிரியர் தொடங்கி விழாவிற்கு வந்திருந்த பிரமுகர்களெல்லாம் அவருக்குப் பொன்னாடை போர்த்தி வரவேற்கிறார்கள், அவரிடம் மரியாதையுடன் பேசுகிறார்கள், பள்ளியின் சிறப்புகளை எடுத்துரைக்கிறார்கள், அங்குள்ள சில பிரச்னைகளைச் சொல்லி அவரிடம் உதவி கேட்கிறார்கள், அவரும் உதவுவதாகச் சொல்கிறார்.

இதையெல்லாம் பார்க்கிற மாணவர்களுக்கு மாவட்ட ஆட்சித்தலைவர்மீது பெரும் மரியாதை ஏற்படுகிறது. இத்தனை பேர் இவரிடம் இந்த அளவு பணிவோடு நடந்துகொள்கிறார்கள் என்றால், அவர் எப்பேர்ப்பட்ட பொறுப்பில் இருக்கவேண்டும்!

'மாவட்ட ஆட்சித்தலைவர்' என்ற பெயரே மிகக் கம்பீரமானது. அவர்தான் அந்த மாவட்டத்தை ஆளுகிறார். அந்த மாவட்டத்தைச் சேர்ந்த மக்கள் மகிழ்ச்சியாக வாழ்வதற்காக அரசு இயந்திரத்தை முடுக்கிவிடுகிறார். தனக்குக் கீழே பணிபுரிகிறவர்களைச் சிறப்பாகப் பயன்படுத்திக்கொண்டு, சாலை வசதிகள், பாதுகாப்பு என்று தொடங்கிப் பல விஷயங்களை உறுதிசெய்கிறார்.

ஒரு பெரிய மாவட்டத்துக்கே அவர்தான் தலைவர் என்பதால், இந்த ஆட்சித்தலைவர் பதவியின்மீது நம் மக்களுக்கு எப்போதும் பெரிய மரியாதை உண்டு. யாராவது மிகவும் கர்வத்தோடு நடந்துகொண்டால் 'நீ என்ன பெரிய கலெக்டரா?' என்பார்கள். அதன் பொருள், கலெக்டர் எனப்படும் மாவட்ட ஆட்சித்தலைவருக்குக் கீழேதான் மற்ற எல்லாரும்!

இதனால், சிறுவயதிலிருந்தே பலரும் 'கலெக்டர் கனவுகளோடு' வளர்கிறார்கள். நன்றாகப் படித்து எல்லாரும் மதிக்கக்கூடிய மாவட்ட ஆட்சித்தலைவராக வரவேண்டும் என்று விரும்புகிறார்கள்.

கலெக்டராவதற்கு என்ன படிக்கவேண்டும்?

எதை வேண்டுமானாலும் படிக்கலாம்; ஆனால், அதைச் சிறப்பாகப் படிக்கவேண்டும்.

குழப்புகிறதா? கொஞ்சம் விளக்கமாகப் பார்ப்போம்.

நீங்கள் மருத்துவராக வேண்டுமென்றாலோ பொறியாளராக வேண்டுமென்றாலோ வழக்கறிஞராகவேண்டுமென்றாலோ ஒரு குறிப்பிட்ட கல்லூரிப்படிப்பைத் தேர்ந்தெடுத்துப் படிக்க வேண்டும்; அதில் பட்டம் பெறவேண்டும்; அதன்பிறகுதான் நீங்கள் அந்தத் தொழிலைச் செய்ய இயலும்.

ஆனால், மாவட்ட ஆட்சித்தலைவர் போன்ற அரசுப் பதவிகளுக்கென்று தனிப்பட்ட படிப்புகள் எவையும் இல்லை. எந்தத் துறையிலும் பட்டம்பெற்ற ஒருவர் இந்தப் பொறுப்புகளுக்கு வரலாம்.

+2வுக்குப் பிறகு என்ன படிக்கலாம்?

எடுத்துக்காட்டாக, ஒருவர் பொறியியல் படித்துப் பட்டம் பெற்றிருக்கிறார், இன்னொருவர் வரலாறு படித்திருக்கிறார், வேறொருவர் சட்டம் படித்திருக்கிறார், இன்னொருவர் உயிரியல் படித்திருக்கிறார்... இவர்கள் எல்லாருமே மாவட்ட ஆட்சித்தலைவர்கள் ஆகலாம். அதற்கு அவர்கள் ஒரு தேர்வு எழுதவேண்டும்.

UPSC எனப்படும் ஒன்றிய அரசுப்பணியாளர் தேர்வாணையம் நடத்துகிற இந்தத் தேர்வில் இரண்டு பகுதிகள் உண்டு: தொடக்கநிலைத்தேர்வு, முதன்மைத்தேர்வு.

ஒவ்வோராண்டும் ஒரு குறிப்பிட்ட மாதத்தில், இந்தியாமுழுவதும் பல இடங்களில் தொடக்கநிலைத்தேர்வு நடைபெறும். அரசாங்கம் அறிவித்துள்ள விதிகளுக்கு உட்பட்டு யார் வேண்டுமானாலும் இந்தத் தேர்வை எழுதலாம். இதில் தேர்ச்சிபெறுகிறவர்கள் அடுத்து வரும் முதன்மைத்தேர்வில் அனுமதிக்கப்படுவார்கள்.

தொடக்கநிலைத்தேர்வில் இரண்டு பகுதிகள் உண்டு. முதல் பகுதியில் இந்திய வரலாறு, அரசியல், அறிவியல், பொது அறிவு போன்ற விஷயங்கள் இடம்பெறும். இரண்டாம் பகுதியில் நீங்கள் தேர்ந்தெடுக்கும் தலைப்பில் கேள்விகள் இருக்கும்.

ஒருவேளை இந்தத் தேர்வில் ஒருவர் தேர்ச்சி பெறாவிட்டால், வருந்தவேண்டியதில்லை. அடுத்த ஆண்டு மீண்டும் முயற்சிசெய்து வெற்றிபெறலாம். அரசு அனுமதித்துள்ள எண்ணிக்கையின்படி இதே தேர்வைப் பலமுறை எழுத அனுமதி உண்டு.

தொடக்கநிலைத்தேர்வில் வென்றவர்கள் அடுத்து முதன்மைத்தேர்வுக்குச் செல்வார்கள். அங்கே அவர்களுடைய மொழித்திறன், பொது அறிவு, தங்களுடைய விருப்பப்பாடத்தில் அவர்களுடைய அறிவு போன்றவை பரிசோதிக்கப்படும். இதில் வெற்றிபெறுகிறவர்கள் நேர்முகத்தேர்வுக்குச் செல்வார்கள். அங்கே தேர்வாகிறவர்கள் இந்திய அரசுப்பணிகளில் அமர்த்தப்படுவார்கள்.

கவனியுங்கள், 'இந்திய அரசுப்பணிகளில்' என்றுதான் சொல்கிறோம், 'மாவட்ட ஆட்சித்தலைவர் பணியில்' என்று சொல்லவில்லை.

இதன் பொருள், இந்தத் தேர்வுகளில் வெற்றிபெறுகிற எல்லாரும் மாவட்ட ஆட்சித்தலைவர்களாக ஆகிவிடுவதில்லை. அவர்கள் பெறும் மதிப்பெண்கள், அவர்களுடைய விருப்பத்தைப் பொறுத்து அவர்களுக்குப் பலவிதமான அரசுப்பணிகள் வழங்கப்படுகின்றன: IAS (இந்திய ஆட்சிப்பணி), IPS (இந்தியக் காவல்பணி), IFS (இந்திய வெளிநாட்டுப்பணி), IRS(இந்திய வருவாய்ச்சேவைப்பணி).

ஆக, மாவட்ட ஆட்சித்தலைவர் மட்டுமல்ல, இன்னும் பல அரசுப்பொறுப்புகளுக்கு வர விரும்புகிறவர்களும் இதே முறைப்படி UPSC நடத்தும் தேர்வை எழுதவேண்டும்; அதில் தேர்ச்சிபெறவேண்டும்.

ஆண்டுதோறும் நடைபெறும் UPSC தேர்வுகளில் பல்லாயிரக்கணக்கான மாணவர்கள் பங்கேற்கிறார்கள். ஆனால் அவர்களில் மிகச் சிலர் மட்டுமே வெற்றியடைகிறார்கள். அந்த அளவுக்குக் கடினமான தேர்வு இது.

ஆகவே, பலர் பள்ளி, கல்லூரிகளில் படிக்கும்போதே இந்தத் தேர்வுகளுக்காகத் தயார் செய்துகொள்ளத் தொடங்குகிறார்கள். ஒருமுறையோ பலமுறையோ முயன்று வெற்றிபெறுகிறார்கள்.

அரசாங்கத்தின் ஓர் அங்கமாகச் செயல்பட்டு மக்களுக்குச் சேவைபுரிவது மிகப்பெரிய வாய்ப்பு, பதவி, புகழ், பணம், மனநிறைவு என அனைத்தையும் தரக்கூடிய வாய்ப்பு, பல மக்களுடைய வாழ்வில் மகிழ்ச்சியைக் கொண்டுவரும் சாத்தியங்களை வழங்கும் வாய்ப்பு. இந்திய அரசியல் சட்டம் எந்தவொரு குடிமகனுக்கும் அந்த வாய்ப்பை வழங்குகிறது. ஆர்வமும் திறமையும் உள்ளவர்கள் பயன்படுத்திக்கொள்ளலாம்; தேசத்தை முன்னேற்றிச்செல்லலாம்.

மேலாளர் ஆகலாம்

அடுத்தமாதம் உங்கள் பள்ளியில் ஆண்டுவிழா. அதற்கான ஏற்பாடுகள் சுறுசுறுப்பாக நடந்துகொண்டிருக்கின்றன.

விழாவுக்கான வேலைகளை உங்கள் தலைமையாசிரியர் முன்னின்று கவனிக்கிறார். அவருக்குக்கீழே பல ஆசிரியர்கள் வெவ்வேறு பொறுப்புகளை ஏற்றுக்கொண்டிருக்கிறார்கள். எடுத்துக்காட்டாக, கலை நிகழ்ச்சிகளை ஒருவர் கவனிக்கிறார், அணிவகுப்பை இன்னொருவர் கவனிக்கிறார், விழாவுக்கான மேடை அமைத்தல், நிதி திரட்டலுக்கு ஒருவர், பெற்றோரை அழைக்க ஒருவர், உணவு சமைத்தல், பரிமாறலுக்கு ஒருவர்... இப்படி.

இந்த ஆசிரியர்கள் அந்தந்த வேலைகளைத் தனியே செய்ய இயலாது. ஆகவே, அவர்கள் சில பொறுப்புள்ள மாணவர்களைத் தங்களுக்கு உதவியாகச் சேர்த்துக்கொள்கிறார்கள். வேலையை இன்னும் சிறிதாக்கி அவர்களுக்குக் கொஞ்சம்கொஞ்சமாக ஒதுக்குகிறார்கள். அவர்கள் அதைச் சரியாகச் செய்கிறார்களா என்று கவனிக்கிறார்கள்.

இதேபோல், ஒவ்வோர் ஆசிரியருக்கும் தரப்பட்ட பணிகள் சரியாக நடக்கின்றனவா என்று தலைமையாசிரியர் கவனிக்கிறார். ஏதாவது பிரச்னை என்றால் சரிசெய்கிறார். இத்தனை பேரின் உழைப்பில் ஆண்டுவிழா சிறப்பாக நடைபெறுகிறது.

ஆண்டு விழாவுக்கு மட்டுமில்லை, அநேகமாக ஒவ்வொரு நிறுவனமும் வீடும் இப்படித்தான் நடக்கிறது. தலைமைப் பொறுப்பில் ஓரிருவர், அவர்களுக்குக்கீழே பல மேலாளர்கள், அடுத்தநிலையில் இன்னும் பல மேலாளர்கள் என்று வேலையைப் பிரித்துக்கொண்டு செயல்படுகிறார்கள். இதன்மூலம் பாலங்கள் கட்டப்படுகின்றன, சாலைகள் போடப்படுகின்றன, ஒரு குண்டூசியைச் செய்யக்கூடக் குழுவும் மேலாண்மையும் தேவைப்படுகிறது.

ஆங்கிலத்தில் மேனேஜர் என்றும் தமிழில் மேலாளர் என்றும் அழைக்கப்படும் இந்தப் பொறுப்பு மிக முக்கியமானது. ஒருபக்கம் அதிகாரமும், இன்னொருபக்கம் பொறுப்புணர்ச்சியும் மிகுந்தது.

எடுத்துக்காட்டாக, உங்களுக்குக்கீழே ஐம்பதுபேர் வேலைசெய்கிறார்கள். அவர்கள் என்னசெய்யவேண்டும், எப்படிச்செய்யவேண்டும் என்று சொல்கிற அதிகாரம் உங்களுக்கு உண்டு. அவர்களில் யாரேனும் ஏதேனும் பிழைசெய்தால் திருத்தலாம், மிகப்பெரிய பிழை என்றால் அவர்களைப் பதவியைவிட்டு நீக்கலாம். இவை அனைத்தும் மேலாளரின் அதிகாரங்கள்.

அதேசமயம், இந்த அதிகாரத்தை வைத்துக்கொண்டு அவர்கள் ஆணவத்தோடு திரிய இயலாது. இத்தனை அதிகாரத்தையும் பயன்படுத்தி, தங்களுக்குத் தரப்பட்ட பணியைச் சிறப்பாக நிறைவேற்றவேண்டிய பொறுப்பு அவர்களுக்குண்டு. எப்போதும் அதை மனத்தில் வைத்துக்கொண்டுதான் செயல்படவேண்டும்.

இதேபோல், தங்களுக்குக்கீழே பணிபுரிகிறவர்களுடைய நலனைப் பாதுகாக்கவேண்டியதும் அவர்களுடைய கடமை. ஊழியர்கள் மகிழ்ச்சியாக இருந்தால்தான் வேலை சிறப்பாக நடக்கும்.

+2வுக்குப் பிறகு என்ன படிக்கலாம்?

ஆகவே, ஒரு நல்ல மேலாளர் ஊழியர்களை அரவணைத்துக் கொண்டு செல்வார். அவர்களுடைய திறமைகளைப் புரிந்துகொண்டு சரியான பணிகளை ஒதுக்குவார். அவர்களுக்கு ஏதேனும் பிரச்னைகள் இருந்தால் கவனித்துச் சரிசெய்வார். அதேசமயம், அவர்கள் பணியில் சுணக்கம் காட்டினால் கண்டிப்பாக நடந்துகொள்வார், வேலை சரியானநேரத்தில் சரியானவிதத்தில் சரியானசெலவில் செய்யப்படவேண்டும் என்பதில் கவனமாக இருப்பார்.

அரசாங்கம் தொடங்கித் தனியார் நிறுவனங்கள்வரை பலபல மேலாளர்கள் உண்டு. வீடுகளில் நம்முடைய தந்தை, தாயும்கூடக் கிட்டத்தட்ட இதேபோன்ற ஒரு பணியைச் செய்துதான் குடும்பத்தை நடத்துகிறார்கள்.

ஆனால், எல்லாரும் மேலாளராகிவிடமுடியாது. சிலரால்தான் பிறரை அரவணைத்துச்சென்று வேலைவாங்க இயலுகிறது. மற்றவர்கள் அவர்கள் சொன்னதைச் செய்வதோடு சரி.

இப்படி 'ஊழியர்' நிலையில் இருக்கிறவர்களுக்கு விருப்பமும் ஆர்வமும் இருந்தால், அவர்கள் மேலாண்மைத்திறனை வளர்த்துக்கொள்ளலாம். பதவி உயர்வு பெற்று மேலாளராகலாம்; சிறிய, பெரிய குழுக்களை நிர்வகிக்கலாம்.

ஒருவர் பிறவியிலேயே மேலாளராகிறாரா, அல்லது கல்வி, அனுபவத்தின் மூலம் மேலாண்மைத்திறனை வளர்த்துக்கொள்கிறாரா என்பதுபற்றி நிபுணர்களே குழம்பிப்போயிருக்கிறார்கள். ஏனெனில், சிலர் சிறுவயதிலேயே சிறந்த மேலாளருக்குரிய குணங்களோடு இருக்கிறார்கள். இன்னும் பலர் அதைக் கொஞ்சம்கொஞ்சமாகக் கற்றுக்கொண்டு சிறந்த மேலாளர்களாகிறார்கள்.

இதனால், மேலாண்மைக்கென்று சில சிறப்புப் படிப்புகளைப் படித்தால்தான் ஒருவர் மேலாளராக முடியும் என்று எந்தக் கட்டாயமும் இல்லை. வழக்கமான கல்லூரிப்படிப்பை முடித்துவிட்டுப் பணியில் சேர்ந்து படிப்படியாக முன்னேறுகிறவர்கள்தான் அதிகம்.

அதேசமயம், பல நிறுவனங்கள் தங்களுடைய மேலாளர்களுக்கென்று சில சிறப்புத்தகுதிகளை வகுத்திருக்கின்றன, அதாவது, சில குறிப்பிட்ட பட்டங்களைப் பெற்றவர்களைத்தான் மேலாளர்களாக வேலைக்குச் சேர்க்கிறார்கள்.

எடுத்துக்காட்டாக, *MBA* எனப்படும் *Master of Business Administration* படிப்பு, தொழில் நிர்வாகத்திறன் சார்ந்த திறன்களை வளர்க்கிறது. இதில் பொருளாதாரம், கணக்கியல், நிதி, செயல்நிர்வாகம், சந்தைப்படுத்தல், தொழில்முனைதல், வியூகம் அமைத்தல் உள்ளிட்ட விஷயங்கள் சொல்லித்தரப்படுகின்றன.

முதுநிலைப்பட்டமான *MBA*க்குமுன், இதே துறையில் *BBA* என்ற இளநிலைப்பட்டத்தை*(Bachelor of Business Administration)* பெறுகிறவர்களும் உண்டு. ஆனால், இது கட்டாயமில்லை; அநேகமாக எந்தவோர் இளநிலைப்பட்டம் பெற்றவரும் *MBA*வில் சேரலாம். ஒரு முழுநேரப்பணியில் இருந்தபடி பகுதிநேரமாக இதனைப் படிக்கிறவர்களும் உண்டு.

அதேபோல், *PMI* எனப்படும் *Project Management Institute* வழங்கும் சிறப்புப் படிப்பும் மேலாளர்களுக்கு முக்கியமானதாகக் கருதப்படுகிறது. இதற்கான பாடங்கள் *Project Management* எனப்படும் திட்ட மேலாண்மைத்திறனை வளர்க்கின்றன. இதனைக் கற்றுக்கொண்டவர்கள் ஏராளமான ஊழியர்களைக்கொண்ட பெரிய திட்டங்களை உருவாக்கலாம், யார்யார் எப்போது எதைச் செய்யவேண்டும் என்று திட்டமிடலாம், அது சரியாக நடக்கிறதா என்று கண்காணிக்கலாம், பிரச்னைகளைச் சரிசெய்து திட்டத்தை விரைவாக முன்னெடுத்துச்சென்று வெற்றிபெறலாம்.

ஒரு நிறுவனத்தில் வேலை செய்கிற ஊழியர்கள் ஒவ்வொருவரும் தங்களுக்கு மட்டும்தான் பொறுப்பேற்கிறார்கள். ஆனால் மேலாளரோ, அப்படி வேலை செய்கிற பலநூறு பேருக்குப் பொறுப்பேற்கிறார். அவர்கள் தங்களுடைய முழுத்திறமையைச் செயல்படுத்தி நிறுவனத்தின் முன்னேற்றத்துக்காக உழைப்பதை

+2வுக்குப் பிறகு என்ன படிக்கலாம்?

உறுதிசெய்கிறார். அந்தவிதத்தில் மேலாளர்களுடைய பங்களிப்பு எந்தவொரு நிறுவனத்திற்கும் மிக முதன்மையானதாக அமைகிறது, அதன் வளர்ச்சிக்குத் துணைபுரிகிறது.

ஆகவே, இப்பணியில் சம்பளம் அதிகம், வசதிகள், வளர்ச்சி வாய்ப்புகள் அதிகம், அதற்கேற்பப் பொறுப்புகளும் அதிகம். எத்தனை பெரிய பணியானாலும் சரி, பலர் உதவியுடன் அதனைச் சிறப்பாக நிறைவேற்றுகிறோம் என்கிற எண்ணத்துடன் கர்வமின்றிச் செயலாற்றினால் மனத்திருப்தியுடன் பணிபுரியலாம், மிகச்சிறந்த மேலாளராகலாம்!

மருத்துவர் ஆகலாம்

இவ்வுலகின் மிகப்பெரிய செல்வம், பணமோ, புகழோ, அதிகாரமோ இல்லை; முயன்றால் அவற்றை யார் வேண்டுமானாலும் சம்பாதித்துவிடலாம். ஆனால், உடல்நலன் என்கிற செல்வம் இல்லாவிட்டால், இவை அனைத்தும் பொருளற்றுப்போகும்.

அதனால்தான், நம்முடைய முன்னோர்கள் 'உடம்பை வளர்த்தேன், உயிர் வளர்த்தேன்' என்றார்கள். ஆரோக்கியம் தரும் ஊட்டச்சத்து மிகுந்த உணவுகளை உண்ணச்சொன்னார்கள்; கடினமாக உழைத்தும் உடற்பயிற்சிகள், நடைப்பயிற்சிகள், யோகாசனம் போன்றவற்றின்மூலமும் உடலை உறுதியாக்கச் சொன்னார்கள்.

இப்படி ஒருவர் உடலைக் கவனமாகப் பார்த்துக்கொண்டால், அவருடைய பலம் அதிகரிக்கும், நோய் எதிர்ப்புச்சக்தி வளரும், எந்தவிதமான பிரச்னைகளும் இல்லாமல் மகிழ்ச்சியாக வாழ இயலும்.

ஒருவேளை, இதனை மீறியும் ஒரு நோய் வந்துவிட்டால்?

அப்போதுதான் மக்கள் மருத்துவரிடம் செல்கிறார்கள். தங்களுடைய பிரச்னையைச் சொல்லிச் சிகிச்சை பெறுகிறார்கள்.

+2வுக்குப் பிறகு என்ன படிக்கலாம்?

சாதாரண உணவுப்பழக்க மாற்றங்கள், வாழ்க்கைமுறை மாற்றங்களில் ஆரம்பித்து, மாத்திரைகள், திரவங்கள், பூச்சுகளைப் பரிந்துரைப்பது, தீவிரமான நோய்களுக்கு அறுவைச் சிகிச்சைகள் என்று நோயின் தன்மையைப் பொறுத்து மருத்துவர்கள் செயலாற்றுகிறார்கள், பாதிக்கப்பட்டோரை உயிர்பிழைக்கச்செய்கிறார்கள்.

அதனால்தான், நம் சமூகத்தில் மருத்துவர்களுக்குப் பெரிய மரியாதை. மனித உடல் எப்படி இயங்குகிறது, அதை எப்படிச் சரியாகக் கவனித்துக்கொள்ளவேண்டும், எந்த அறிகுறிகள் எந்த நோயைக் காட்டுகின்றன, அதற்கு எப்படிச் சிகிச்சையளிப்பது என அனைத்தும் இவர்களுக்குத் தெரியும். அதன் அடிப்படையில், வருகிற நோயாளிகளை ஆராய்ந்து சிக்கல்களைக் கண்டறிந்து சிகிச்சையளித்துக் காக்கிறார்கள்.

ஒருபக்கம் சமூக மதிப்பு, இன்னொருபக்கம் நல்ல வருவாய் என இருவிதங்களிலும் மனநிறைவளிக்கிற மருத்துவப்பணியைத் தொழில் என்றுகூடச் சொல்வதில்லை, சேவை என்றுதான் கூறுகிறார்கள். அந்த அளவுக்கு எல்லாராலும் விரும்பப்படுகிற, மதிக்கப்படுகிற ஒரு பொறுப்பாக இது திகழ்கிறது.

மருத்துவராக என்ன செய்யவேண்டும்?

முதலில், மருத்துவத்துறையிலேயே பல பிரிவுகள் இருக்கின்றன: பொதுவான உடல்நலனைக் கவனித்துக்கொள்ளும் மருத்துவர்கள் ஒருபுறமிருக்க, கண் மருத்துவர்கள், காது, மூக்கு, தொண்டை மருத்துவர்கள், பல் மருத்துவர்கள், எலும்பு மருத்துவர்கள், மகப்பேறு மருத்துவர்கள், குழந்தை மருத்துவர்கள், மனநல மருத்துவர்கள், கால்நடை மருத்துவர்கள் என்று பல உட்பிரிவுகள் இருக்கின்றன.

மேற்சொன்ன அனைத்தும், ஆங்கில மருத்துவத்தின்கீழ் வருபவை. இத்துடன், ஆயுர்வேதம், சித்த மருத்துவம் போன்ற மாற்று மருத்துவத்துறைகளிலும் பட்டம் பெற்றுப் பணியாற்றுபவர்கள் உள்ளார்கள்.

ஆகவே, மருத்துவராக விரும்பும் ஒருவருக்கு இத்தனை வாய்ப்புகள் இருக்கின்றன. இவற்றுள் அவரவர் விருப்பம், பள்ளித்தேர்வு, நுழைவுத்தேர்வில் அவர்கள் எடுக்கும் மதிப்பெண்களைப் பொறுத்துச் சரியான பிரிவைத் தேர்ந்தெடுத்து மருத்துவராகலாம்.

எடுத்துக்காட்டாக, ஒருவர் பொது மருத்துவத்துறையில் பணியாற்ற விரும்புகிறார் என்று வைத்துக்கொள்வோம்; அவர் முதலில், பள்ளிப்படிப்பில் உயிரியல் பாடத்துடன் ஒரு குறிப்பிட்ட அளவு மதிப்பெண்களை எடுத்துத் தேர்ச்சி பெறவேண்டும், அதன்பிறகு, மருத்துவப்படிப்புக்குத் தேசிய அளவில் நடத்தப்படும் பொது நுழைவுத்தேர்வை எழுதவேண்டும். இதில் அவர் பெறும் மதிப்பெண்களின் அடிப்படையில் அவருக்கு மருத்துவப்படிப்பில் இடம் கிடைக்கும்.

MBBS, அதாவது, Bachelor of Medicine, Bachelor of Surgery என்பதுதான் பொது மருத்துவத்துறைக்கான இளநிலைப் பட்டப்படிப்பு. இதேபோல் பல் மருத்துவத்துக்கு BDS (Bachelor of Dental Surgery), கால்நடை மருத்துவத்துக்கு BVSc (Bachelor of Veterinary Science), ஆயுர்வேத மருத்துவத்துக்கு BAMS (Bachelor of Ayurveda Medicine and Surgery) எனப் பல இளநிலைப் பட்டப்படிப்புகள் இருக்கின்றன. இவை ஒவ்வொன்றிலும் சேர்வதற்குத் தேவையான திறன்கள், சேரும் வழிமுறைகள் மாறுபடும்.

இந்தப் படிப்புகள் அனைத்திலும் பொதுவாகக் காணப்படும் சில அம்சங்கள்: மனித உடலின் அமைப்பை நுணுக்கமாக விளக்கும் உடற்கூறியல், உயிர்வேதியியல், நுண்ணுயிரியியல், நோயியல், மருந்தியல், மயக்க மருந்தியல், வெவ்வேறு உடலுறுப்புகளுக்கான மருத்துவமுறைகள் போன்றவை.

இவற்றைக் கற்றுத்தேர்ந்தபிறகு, மாணவர்கள் கல்லூரியுடன் இணைந்த மருத்துவமனையொன்றில் மூத்த மருத்துவர்களுக்குக் கீழே ஒரு குறிப்பிட்ட காலத்துக்குப் பணியாற்றவேண்டும். இதில் அவர்கள் பெறும் அனுபவமானது அவர்களுடைய

+2வுக்குப் பிறகு என்ன படிக்கலாம்?

மருத்துவ அறிவைக் கூர்மையாக்கும்; நோய்களை விரைவாகக் கண்டறிந்து சிகிச்சை வழங்க உதவும்.

இளநிலைப் பட்டம் பெற்ற மருத்துவர்கள் தனியாகவோ மருத்துவமனைகளில் இணைந்தோ நோயாளிகளுக்குச் சிகிச்சை வழங்கத் தொடங்கலாம், அல்லது ஏதேனும் ஒரு துறையைத் தேர்ந்தெடுத்து அதில் மேற்படிப்புக்குச் செல்லலாம். எடுத்துக்காட்டாக, MD எனப்படும் Doctor of Medicine, MS எனப்படும் Master of Surgery ஆகியவை.

இந்த மேற்படிப்புகள் பொதுவாக ஒரு குறிப்பிட்ட மருத்துவப்பிரிவில் கவனம் செலுத்துபவையாக இருக்கின்றன. எடுத்துக்காட்டாக, பொது மருத்துவம், பொது அறுவைச் சிகிச்சை, எலும்பியல், மயக்க மருந்தியல், குழந்தை மருத்துவம், சமூக மருத்துவம் போன்றவற்றைக் குறிப்பிடலாம். இவற்றில் ஏதேனும் ஒன்றில் ஆழமான வாசிப்பும் பயிற்சியும் பெறுவதன்மூலம் அந்த மருத்துவர் அத்துறையில் நிபுணராகிறார்.

அதேசமயம், இத்துறையில் பணியாற்ற மிகுந்த மன உறுதியும் தேவைப்படுகிறது. நோய்வாய்ப்பட்டவர்களைக் கண்டு அன்போடு பேசி அவர்களுடைய நோய்க்குறிகளைக் கண்டறிந்து ஊக்கம் தந்து சரியான மருந்துகள், சிகிச்சைகளைப் பரிந்துரைப்பதன் மூலம் அவர்களுடைய உடலுக்கு மட்டுமல்ல, மனத்துக்கும் மருத்துவர்கள் மருந்திடுகிறார்கள், குழந்தைகள் தொடங்கி முதியவர்கள்வரை எல்லாருடனும் கலந்து பழகி, விரைவாகவும் கவனமாகவும் செயலாற்றுகிறார்கள், உடல்நலத்தோடு வாழ்வதற்கான ஆலோசனைகளை வழங்குகிறார்கள், ஓர் ஆரோக்கியமான சமூகத்தை உருவாக்குகிறார்கள்.

சொந்தத் தொழில் தொடங்கலாம்

நாம் எதற்காகப் பள்ளி, கல்லூரிக்குச் செல்கிறோம்?

தேர்வுகளை எழுதுவதோ மதிப்பெண்களை வாங்குவதோ பட்டம் பெறுவதோ கல்வியின் அடையாளப் பலன்கள் மட்டுமே; அவற்றையெல்லாம்விடப் பெரிய பலன், கல்வியால் நம்முடைய அறிவு விரிவடைகிறது, உலகியல்சார்ந்து பல விஷயங்களை நாம் தெரிந்துகொள்கிறோம், அதன்பிறகு நம் வாழ்நாள்முழுக்க அந்த அறிவு நமக்குத் துணையாக வருகிறது.

ஆனால், அந்த அறிவை வைத்து நாம் என்ன செய்கிறோம்?

கல்லூரிப் படிப்பை முடித்ததும், பலர் வேலைக்குச் செல்வார்கள், கைநிறையச் சம்பாதிப்பார்கள்.

இதனால், அவர்கள் படித்த கல்லூரிக்குப் பெருமை, 'இவன் இந்தக் கல்லூரியிலே படிச்சான், இன்னிக்கு நல்ல வேலையிலே நல்லா சம்பாதிக்கறான்' என்று பாராட்டுவார்கள்.

வேலைபார்த்துச் சம்பாதிக்கிறவருக்கே அவ்வளவு பாராட்டென்றால், நாலுபேருக்கு வேலை தந்து சம்பளமும் தருகிறவருக்கு?

சில வருடங்களுக்கு முன்புவரை நம் ஊரில் இப்படிப்பட்ட சிந்தனை குறைவு. சொந்தமாகத் தொழில்தொடங்கிப் பலருக்கு வேலைதரவேண்டும் என்று கனவுகண்டவர்கள் லட்சத்தில் ஓரிருவர்தான் இருந்தார்கள். மற்ற அனைவரும் எங்கேயாவது ஒரு நிறுவனத்தில் வேலைக்குச் சேர்ந்துவிடவேண்டும் என்பதையே லட்சியமாக வைத்துக்கொண்டிருந்தார்கள்.

ஆனால் இப்போது, இந்த நிலைமை மாறியிருக்கிறது. 'இன்னொருவரிடம் வேலைபார்ப்பதைவிட நாமே சொந்தமாக ஒரு நிறுவனத்தைத் தொடங்கிவிடலாமே' என்று பலர் நினைக்கத்தொடங்கியிருக்கிறார்கள். குறிப்பாக, இளையதலைமுறையினரிடம் இந்த எண்ணம் அதிகமாக உள்ளது.

சொந்தமாக ஒரு நிறுவனத்தைத் தொடங்கி நடத்துவதென்றால் சாதாரண விஷயமா? அதற்குப் பல நுட்பங்களைத் தெரிந்துகொள்ள வேண்டுமே.

உண்மைதான். ஆனால், தயங்கிநின்றால் அந்த நுட்பங்கள் என்றைக்கும் நமக்குத் தெரியப்போவதில்லை. களத்தில் குதித்துவிடவேண்டியதுதான்!

இப்படிச் சொந்தத் தொழில் தொடங்கும் எண்ணத்தில் இருப்போரை ஆங்கிலத்தில் *Entrepreneur* என்கிறார்கள். தமிழில், 'தொழில்முனைவோர்'.

இந்தியா போன்ற வளரும் நாடுகளில் தொழில்முனைவோருக்கு ஏராளமான வாய்ப்புகள் இருக்கின்றன. புதுப்புதுத் தயாரிப்புகள், சேவைகள், பலவிதமான சந்தைகள் என்று சுற்றிலும் கூர்ந்து கவனித்தால் ஆயிரக்கணக்கான தொழில்களைத் தொடங்கலாம்.

ஆனால், சொந்தமாகத் தொழில் தொடங்குவதற்கு ஓரளவேனும் முதலீடு தேவைப்படுமே, அந்தப் பணத்தை யார் தருவார்கள்? உற்பத்திசெய்த பொருட்களை அல்லது சேவைகளை வாடிக்கையாளர்களுக்குக் கொண்டுசேர்ப்பது எப்படி? விலையைத் தீர்மானிப்பது, வசூலிப்பது எப்படி? நம்

தயாரிப்புகளைச் சந்தைப்படுத்தி விற்பது எப்படி? வெளியூர், வெளிநாட்டுச் சந்தைகளுக்கு விரிவுபடுத்துவது எப்படி? நம் நிறுவனத்துக்கு ஏற்ற திறமைசாலிகளைத் தேடிச்சேர்ப்பது எப்படி? அரசாங்கத்திடம் உரிய அனுமதிகளைப் பெறுவது எப்படி? நிதியுதவி, வரி போன்ற விஷயங்களைக் கவனித்துக்கொள்வது எப்படி?...

தொழில்முனைவோர் ஒவ்வொருவருக்கும் இப்படி ஆயிரக்கணக்கான கேள்விகள் இருக்கும். இவை அனைத்துக்கும் பதில்தரும் படிப்புகள் இப்போது இந்தியாவிலேயே வந்துவிட்டன.

தற்போது, பள்ளிகள் பலவற்றில் 'தொழில்முனைவோர் குழுக்கள்' தொடங்கப்படுகின்றன. அதில் பங்கேற்கும் மாணவர்கள் பெரிய தொழிலதிபர்களின் வளர்ச்சிக் கதைகளை வாசிக்கிறார்கள், விவாதிக்கிறார்கள், அதிலிருந்து தொழில்துறையைப்பற்றிய அறிமுகத்தைப் பெறுகிறார்கள், அவர்களே குழுக்களாகச் சேர்ந்து ஆசிரியர்களின் வழிகாட்டுதலுடன், தங்களுக்குக் கிடைக்கும் மூலப்பொருட்களைக்கொண்டு சிறிய கைவினைப்பொருட்கள், உணவுப்பொருட்கள் போன்றவற்றைச் செய்து பள்ளி விழாக்களில் விற்கிறார்கள், மக்களிடையே தங்கள் பொருளைக் கூவி விற்பது, சேர்ந்த பணத்தைக் கணக்குப்பார்ப்பது, வரவுசெலவுத்திட்டம் தயாரிப்பது, லாபத்தைப் பகிர்ந்துகொள்வது என ஒரு சிறு நிறுவனத்தை நடத்திய அனுபவத்தைப் பெறுகிறார்கள்.

இப்படிப் பள்ளிநாட்களில் விளையாட்டாகக் கற்றுக்கொண்ட விஷயத்தையே ஒரு முழுநேரத் தொழிலாக அமைத்துக்கொள்ளவேண்டும் என்று எண்ணுகிறவர்கள், கல்லூரியிலும் அதையே பாடமாகத் தேர்ந்தெடுக்கிறார்கள். இதற்கு எடுத்துக்காட்டாக, Bachelor of Business (Entrepreneurship) போன்ற பட்டப்படிப்புகளைக் குறிப்பிடலாம்.

தொழில்முனைவோராவதற்குக் கல்லூரிக்குச் சென்று இந்தக் குறிப்பிட்ட பாடத்தைப் படித்தால்தான் உண்டு என்று எந்தக் கட்டாயமும் இல்லை. கணிதம், அறிவியல், வரலாறு,

+2வுக்குப் பிறகு என்ன படிக்கலாம்?

கணக்கியல் போன்ற மற்ற துறைகளில் பட்டம்பெற்றவர்களும் ஆர்வத்தால் தொழில்முனைவோராகி வெற்றிபெற்றிருக்கிறார்கள். அட, பள்ளிக்கூடத்தையே பார்க்காதவர்கள்கூடப் பெரிய தொழிலதிபர்களானதுண்டு.

அதேசமயம், தொழில்துறையில்தான் ஈடுபடப்போகிறோம் என்று முன்கூட்டியே தீர்மானித்தவர்கள் கல்லூரியில் அதையே முதன்மைப் பாடமாகத் தேர்ந்தெடுத்து ஆழமாகப் பயிலலாம். தொழிலில் ஈடுபடுவதற்குத் தேவையான அனைத்துத் திறமைகளையும் வளர்த்துக்கொள்ளலாம்.

பொதுவாகத் தொழில்முனைவோருக்கான பட்டப்படிப்பில் என்னவெல்லாம் சொல்லித்தரப்படுகிறது?

இன்றைய தொழிலின் எல்லையானது ஒரு நகரம், ஒரு மாநிலம், ஒரு நாடு என்று நிற்பதில்லை, அது அனைத்து நாடுகளுக்கும் பரந்து விரிந்திருக்கிறது. இந்தியாவின் ஒரு மூலையில் உட்கார்ந்துகொண்டு நீங்கள் சர்வதேச அளவில் தொழில் செய்வதற்கான வாய்ப்புகள் இருக்கின்றன.

ஆகவே, இந்தப் படிப்புகள் முதலில் உலகச்சந்தையைப் புரியவைக்கின்றன. அங்கே என்னமாதிரியான தொழில்கள் ஏற்கெனவே இருக்கின்றன, அவற்றினிடையே நாமும் களத்தில் இறங்கவேண்டுமென்றால் எப்படிச் சிந்திக்கலாம் என்று கற்றுத்தருகிறார்கள்.

அதன்பிறகு, ஒரு சிந்தனையைத் தொழில்முயற்சியாக மாற்றுவது எப்படி என்று சொல்லித்தருகிறார்கள். அதற்குத் தேவைப்படும் பலவிதமான உதவிகளைப் பெறுவதற்குப் பயிற்சியளிக்கிறார்கள். குழுவாக இணைந்து செயல்படுவது, பிற திறமையாளர்களை அடையாளம் காண்பது, முதலீட்டாளர்கள், வங்கிகள், அதிகாரிகளிடம் பேசுவது, மூலப்பொருட்களைப் பல நாடுகளிலிருந்து வரவழைப்பது, பிற கலாசாரங்களைச் சேர்ந்தோருடன் பழகித் தொழில்செய்வது என அனைத்தையும் விளக்குகிறார்கள்.

ஆனால், இவை எல்லாமே வெறும் புத்தகப் படிப்புகள்தான். தொழில்முனைவோராக விரும்புகிறவர்கள் உண்மையிலேயே ஒரு தொழிலில் இறங்கினால்தான் இன்னும் அதிகம் கற்றுக்கொள்ள இயலும். அதையும் இந்தப் பட்டப்படிப்புகள் ஊக்குவிக்கின்றன, ஒருபக்கம் கல்லூரிக்குச் சென்றபடி இன்னொருபக்கம் நிஜமான தொழில்முயற்சிகளிலும் ஈடுபடச் சொல்கிறார்கள், இன்னொரு தொழில்நிறுவனத்தில் சேர்ந்து கற்றுக்கொள்ளச் சொல்கிறார்கள், அனுபவத்தை, நட்புவட்டத்தை விரிவாக்கச் சொல்கிறார்கள்.

தொழில்முனைவோர் படிப்பின் முக்கியமான நன்மை, 'நம்மால் முடியுமா?' என்கிற ஐயத்தை விலக்கி நம்பிக்கை தருவதுதான். இதன்மூலம் மாணவர்களின் அறிவு கூர்மைபெறுகிறது, நல்ல வெற்றியடையக்கூடிய ஒரு தொழில்சிந்தனையை அவர்கள் கண்டுபிடித்துவிடுகிறார்கள், அதில் ஆர்வத்துடன் ஈடுபட்டு வெற்றியடைகிறார்கள்.

இத்தனை முயற்சிக்குப் பிறகும், நம்முடைய தொழில் சரிப்படாவிட்டால்?

இன்னொரு முயற்சியில் ஈடுபடலாம், அல்லது வேறு வேலைக்குத் திரும்பலாம். அதைப்பற்றி இப்போது என்ன கவலை? நம்பிக்கையோடு களத்தில் இறங்கினால் நல்லவை தானாக நடக்கும். அந்த நேர்விதச் சிந்தனைதான் இந்தியாவைப்போன்ற நாடுகளுக்கு அவசியம். அப்படிச் சிந்திப்பவர்கள்தான் இந்நாட்டை இன்னும் பலமடங்கு உயர்த்துவார்கள்!

துணிவோடு வேலையைத் தொடங்குங்கள், நாளை உங்களுடையதுதான்!

(நிறைவடைந்தது)

தெளிவான எழுத்தும் ஆழமான ஆய்வும் நிறைந்த நூல்களுக்காகத் தமிழ் வாசகர்களிடையில் நன்கு அறியப்பட்டுள்ள என். சொக்கன் புனைவு, வாழ்க்கை வரலாறு, நிறுவன வரலாறு, தன்னம்பிக்கை, சிறுவர் இலக்கியம் உள்ளிட்ட துறைகளில் இதுவரை எழுபதுக்கும் மேற்பட்ட நூல்கள், நூற்றுக்கணக்கான கதைகள், கட்டுரைகளை எழுதியுள்ளார். விரிவான ஆய்வுகள், சான்றுகளின் அடிப்படையிலான ஆழமான வரலாற்று நூல்களைத் தமிழில் எழுத இயலும், அவற்றைப் பெரும்பான்மை வாசகர்களுக்குக் கொண்டுசேர்க்கவும் இயலும் என்பதைப் பலமுறை நிரூபித்த எழுத்து வகை இவருடையது.

தமிழ், ஆங்கிலம் ஆகிய இரு மொழிகளிலும் எழுதும் சொக்கனுடைய நூல்கள் ஹிந்தி, கன்னடம், மலையாளம் உள்ளிட்ட பல மொழிகளில் மொழிபெயர்ப்பாகியுள்ளன.